గులాబీపూల బాట

కథా సంకలనం

గులాబీపూల బాట

కథా సంకలనం

సంపాదకులు:

కుప్పిలి పద్మ
అనంత్ మరింగంటి

CHAAYA
Resources Center

GULAABEEPOOLA BAATA
Short Stories (Anthology)
Editors : **KUPPILI PADMA, ANANT MARINGANTI**

© Author(s)

First Edition : **February, 2024**

Copies : **500**

Published By:
Chaaya Resources Centre
103, Haritha Apartments,
A-3, Madhuranagar,
HYDERABAD-500038
Ph: (040)-23742711,
Mobile: +91-70931 65151
email: chaayaresourcescenter@gmail.com
            editorchaaya@gmail.com
            chaayabooks.com

Publication No.: **CRC- 104**
ISBN No. **978-93-92968-66-2**
Type Setting : **R. Bhagya Laxmi**
Cover Page Setting : **Samantha Graphics**
Book Layout & Cover Designing : **Kuppili Padma**
Image adapted for the cover page from Google by **My Anh**

For Copies:
All leading Book Shops
https:/amzn.to/3xPaeId
bit.ly/chaayabooks

డియర్ రీడర్స్,
  గ్రీటింగ్స్.

పిల్లల పెంపకంలో వారికి నేర్పించాల్సిన అంశాలు యెన్నో. అలాంటి అంశాలపై వొక కథ సంకలనం తీసుకురావాలనిపించింది. పిల్లల సేఫ్టీ అనగానే మనందరికీ లైంగిక వేధింపుల నుంచి రక్షణే స్పురిస్తుంది. పిల్లలకు లైంగిక వేధింపుల నుంచి రక్షణ ఖచ్చితంగా కావాలి. గుడ్ టచ్ – బాడ్ టచ్‌ని పిల్లలకి చెప్పాలనే యెరుక మనందరికీ వుంది. అయితే పెరుగుతున్న పిల్లలకు నేర్పించాల్సిన స్కిల్స్ యింకా చాలా వున్నాయి. వాటిని మనం పిల్లలకి యెలా చెపుతాం?

ఆత్మ విశ్వాసం, ధైర్యం, సెల్ఫ్ డిఫెన్స్ యిలాంటి విషయాలని పిల్లలతో యెలా మాట్లాడతాం?

లైంగిక వేధింపుల నుంచి మాత్రమే కాక పిల్లలకు యింకా యే రకంగా రక్షణ అవసరం?

యీ కోణంలో వొక సంకలనాన్ని తీసుకుని రావాలని రచయితలని కథలు రాయమని అడిగాము.

వుత్సాహంగా స్పందించి తమ తమ కథలని యీ 'గులాబీపూల బాట' సంకలనంకి అందించిన ప్రతి వొక్కరికీ హృదయ పూర్వక కృతజ్ఞతలు.

మా యీ ప్రయత్నం పాఠకులకు స్ఫూర్తిని యిస్తుందని ఆశిస్తున్నాము.
అందరికీ హృదయ పూర్వక కృతజ్ఞతలు. శుభాకాంక్షలు.

మీ,

(signature)

అనంత్ మరింగంటి

యా గులాబీపూల బాటలో...

జి. వెంకటకృష్ణ

ఆకాశానికి చక్రాలు

కిచెన్ కిటికీలో నుండి బయటకి చూస్తోంది సరోజ. బయట చెట్టు కింద రోహిత్ మిత్రులతో పిచ్చాపాటి మాట్లాడుతున్నాడు. ఇంటి ముందర రెండు రోడ్ల కూడలి. ఒక వైపు మూలలో పెద్ద చింతచెట్టు. అదొక.. అడ్డా. నాలుగైదు బైకులు ఆపి వాటి మీద కూర్చొనీ, వెల్లకిలా పడుకొనీ, వాటికి ఆనుకొని నిలబడీ, రకరకాల భంగిమలలో పిల్లలు (వాళ్లని పిల్లలు అనకూడదేమో) నిజానికి ఎదుగుతున్న, ఎదిగిన వాళ్లు. అంతా తొమ్మిదీ పదీ తరగతుల వాళ్లై వుంటారు. వాళ్ల మధ్య తన కొడుకు దున్నల మధ్య తిరుగులాడుతున్న లేగదూడలా కన్పించాడు, ఆ తల్లి కళ్లకు. ఆ బైకుల మీద కూర్చున్న వాళ్లను చూస్తుంటే, నడుం నుంచి కింద భాగం కనపడక, కేవలం శరీరానికి చక్రాలు మొలిచిన వింత జీవులలాగానూ సరోజ కంటికి కన్పిస్తున్నారు. వాళ్లనలా చూస్తుంటే మధ్యాహ్నం పగటి నిద్రలో వచ్చిన కల యింకొంచెం కలవరపెడుతోంది.

ఆమె చూస్తుండగానే, ఒకడు రోహిత్‌ను వెనుక నుండి హత్తుకుని చంకల కింద చేతులతో గాల్లోకి లేపాడు. రోహిత్ అదే వూపులో

తన కాళ్ళు, ఎత్తిన వాడి నెత్తిమీదికి తెచ్చేలా విన్యాసం చేసాడు. అంతలో కోక్ తాగుతున్న ఒకడు డబ్బాను గాల్లోకి ఎగరేసి రోహిత్ రెండు కాళ్లూ వొడుపుగా పట్టుకున్నాడు. రోహిత్‌ను గాల్లోకి ఎగరేస్తారేమో అన్నట్టుగా వున్నాడు. చూస్తున్న తల్లి నోటి నుంచి 'అయ్యో, కిందికేస్తారేమో... ఏమండీ' భర్తను కేక వేసింది. ఇంతలో రోహిత్ గాల్లోకి ఎగిరిన కోక్ డబ్బాను పట్టుకున్నాడు. మిత్రులిద్దరూ రోహిత్‌ను గాల్లో వూపుతూ కేరింతలు కొడతా దింపేసారు. రోహిత్ పగలబడి నవ్వుతూ కోక్ సిప్ చేస్తున్నాడు. సరోజ వూపిరి పీల్చుకుంది. వీడు యింట్లో చెల్లెలి ఎంగిలి గ్లాసు ముట్టడు గానీ బయట ఫ్రెండ్స్ ఎంగిలినే జల్సాగా తాగుతున్నాడే అని ఆశ్చర్యపోతోంది. ఎన్ని మార్పులొస్తున్నాయి వీడిలో, అనుకుంటూ కాఫీ మగ్గులతో హాల్లోకొచ్చింది.

మారుతి సీరియస్‌గా లాప్‌టాప్‌తో కుస్తీ పడుతున్నాడు. కాఫీ మగ్ అందిస్తూ, 'కొడుకు అడ్డ గాడిదలతో తిరగడం గమనిస్తున్నావా'. అంది.

తనైతే గమనించింది మరి.

మారుతి మగ్గందుకుంటూ అర్థం కానట్లు చూసాడు.

'ఎనిమిదో క్లాసుకు నువ్వు బీరు తాగింటివా. ఒకే బాటిల్ యిద్దరు ముగ్గురు పంచుకొని...'

మోహన్ పిచ్చిగా మొఖం పెట్టుకొని, 'ఏందే యేమంటున్నావ్, ఎక్కడ్నుంచి మాట్లాడుతున్నావ్...' అన్నాడు.

'దిసీజ్ సరోజా టాకింగ్ ఫ్రమ్ ది కిచెన్, బై ట్రాకింగ్ యువర్ సన్, మిస్టర్ మారుతీ మోహన్' అన్నది.

'ఏంది తల్లీ, ఏమిటీ కిచెన్ సందేశం.'

'కిచెన్ సందేశం కాదు. కిటికీ సందేశం. కిటికీ నుండి కొత్తగా కన్పించిన కొడుకు గురించి సందేహం.'

'ఓహో రోహిత్ గాడా, చెట్టు కింద అడ్డాలో వున్నాడా. ఆ దృశ్యం నిన్ను కలవర పరిచిందా...'

'వాడ్నేమన్నా పట్టించుకున్నావా నువ్వు. ఎప్పుడూ ఆఫీసేనా.' కాఫీ మగ్ అందుకుంటూ, గల్లా పట్టుకుంది.

'పట్టించుకోడానికి ఏముందబ్బా, వాడిది కౌమార దశ. బాల్యం తీరింది వాడికి. నువ్వింకా వాడిని ఆరో క్లాస్ వాడిలా చూస్తున్నావూ, వాడిప్పుడు తొమ్మిది. వాళ్లను వాళ్ళు యేమనుకుంటారంటే జూనియర్ టెన్త్ అనుకుంటారు' మారుతి.

నిజమే, చాలా వాటిని గుర్తించలేదని సరోజ అనుకుంది. భుజాలు పొంగుతున్నాయి, తనెత్తు అయ్యాడు. యింతకు ముందులా హత్తుకుని దగ్గరకు తీసుకుంటే వెంటనే విడిపించుకుంటాడు. అది తను పెద్దగా ఆలోచించలేదు. స్వంతంగా స్నానం చేయడం ప్రారంభించాడు. ఉండ్రా వీపు రుద్దుతానంటే, అఖ్ఖర్లేదమ్మా అయిపోయిందంటాడు. ఏందిరా మొఖానికి దోమలేమైనా కుట్టాయా అంటే, ఏం కాదులేమ్మా, అని దాటేస్తాడు. చెల్లెలితో యింతకు ముందులా ఆడుకోడు. సందు దొరికితే చెట్టు కింద అడ్డాలో వుంటాడు. ఆ అడ్డగాడిదలతో ఏం పనిరా అంటే, అమ్మా వాళ్ళు నా క్లాస్‌మేట్లు, నీకు అడ్డగాడిదల్లా కన్పిస్తారా అంటాడు. నీ ఎనిమిదో క్లాసు కే అంత పెద్ద వాళ్లతో తిరుగుళ్లెందుకురా అంటే, అమ్మా నేను ఎనిమిది కాదు తొమ్మిది, ఎన్ని సార్లు చెప్పినా ఎక్కదా? నెక్ట్స్ యియర్ పదీ, గట్టిగా అరుస్తాడు. ఆ ఆ... కరోనా ఎనిమిదీ తొమ్మిదీ అంటుందా, రెండు పిడికిళ్లతో తన మీదకు బాక్సింగ్‌కు లాగా వస్తాడు. వెంటనే వెనక్కి తగ్గి, కర్మ కర్మ నీ... మ్మా, అంటూ పోతాడు.

తనను నీయమ్మా అన్నాడా వీడు. అంత పెద్దవాడయ్యాడా అని ఆశ్చర్య పోతుంటుంది.

'కాఫీ చల్లారిపోయింది. యింకేం తాగుతావూ. లుకింగ్ అట్ ఇన్ఫినిటీ! అయినా వాడి గురించి ఎక్కువగా ఆలోచిస్తున్నావు. మారుతి మాటలకు బయటికొచ్చింది. సాలోచనగా భర్త వైపు చూసింది.

'వాడికిప్పుడు తాను చిన్న పిల్లాడిని కాదని స్పష్టంగా తెలిసింది. అయితే పెద్దవాణ్ణి ఎట్లవ్వాలో తెలియని అయోమయంలోనూ వున్నాడు. అందుకే బయట

పెద్ద పిల్లలతో తిరగడం. పెద్ద పనులు అనుకునేవి అనుకరించడం. ఇప్పుడు వాణ్ణి మనం ఒకవైపు పట్టించుకోవాలి, యింకోవైపు పట్టించుకోకూడదు. రెండూ చేయాలి. అందుకే గాబరా పడొద్దు' మారుతి అంటుండగానే,

'అన్నయ్య హొండా నడిపేస్తున్నాడమ్మా, సూద్దువుగానీ దా..' అంటూ హర్షిత, దబ్‌మని మెయిన్ డోర్ తోసుకుంటూ లోపలికి వచ్చింది.

'ఏందే ఏమంటున్నావే, వాడెప్పుడు బండి నేర్చుకున్నాడే' అంటూ సరోజ బయటికి పరిగెత్తింది.

మారుతి వాళ్ల వెనుకే కాంపౌండ్‌లో కొచ్చాడు.

'మనింటి సందులోంచి బండి మీద పోతూంటే నేనిప్పుడే చూసానమ్మా, యిట్లా కిందికి వెళ్లాడూ...'

సరోజ గుండెల్లో రైళ్లు పరిగెత్తాయి. రోడ్డు మీద ఎవరికైనా గుద్దితే ఎట్లా. అసలు బ్రేకులు అందుతాయా వాడి కాళ్లకీ... యింతకీ యెప్పుడు నేర్చుకున్నాడో... చెమటలు పడుతున్నాయి.

'ఏందబ్బా వీడూ... భయం కొంచెం కూడా లేదా...' మారుతితో అంది. మారుతి ఆమె భుజం తడుతూ 'కూల్ కూల్, యేమవదులే...' అంటున్నాడు.

'అద్దో అమ్మా, యిటునుంచీ వస్తున్నాడు చూడూ..' అరిచింది హర్షిత.

రోహిత్ మోటార్ సైకిల్ నడుపుకుంటూ చెట్టు కిందికి పోనిచ్చి, సైడ్ స్టాండ్ వేసి బండి దిగాడు. ఇంటి కాంపౌండ్‌లో అమ్మా నాన్న నిల్చొని వుండటం గమనించి మిత్రులకు బై బై చెప్పి వచ్చేసాడు.

రోహిత్ కాంపౌండ్‌లోకొస్తూనే, 'బుద్ధుందారా నీకు' సరోజ తీవ్రంగా అంది. ఆమెను ఆగమన్నట్టు సైగ చేసి 'ఎప్పుడు నేర్చుకున్నావురా..' ఆందోళనగానే అడిగాడు మారుతీ.

సమాధానం చెప్పేలోపు, 'గేర్ బండి కదరా, బరువుంటుంది. హ్యాండిల్ చేయలేకపోతే యిబ్బంది కదరా, అమ్మ చూడూ ఎంత టెన్షన్ పడుతోందో...'

'లేదు నాన్నా పదైదు రోజులుగా నేర్చుకుంటున్నా, అయినా యిప్పుడేమైందమ్మా. చిన్నదానికి సీరియస్ అవుతారు...' చెల్లెల్ని కొర కొరా చూస్తూ లోనికి పోతూ దబ్‌మని విసురుగా తలుపేసాడు.

సరోజ ఏడవడమొక్కటే తక్కువ. మారుతి శాంతం శాంతం అంటున్నాడు. ముగ్గురూ లోనికి వెళ్లేప్పటికి రోహిత్ డైనింగ్ టేబుల్ మీదున్న అన్నాన్నీ స్టౌ మీదున్న పప్పునూ కలిపి గబగబా తినేస్తున్నాడు. సరోజ ఆశ్చర్యంతో...

'నాన్నా, పప్పు తిరగవాత వేయలేదురా.. అప్పుడే తినేస్తున్నావా.. యింకా ఏడున్నరే..' అంది.

'ఏం ఫర్వాలేదులే... నేను అసైన్‌మెంట్ రాసుకోవాలి. రాసేసుకొని సెకెండ్ షో సినిమాకు మా ఫ్రెండ్స్‌తో పాటు పోవాలి. అన్నాడు.

'నిన్నటి చికెన్ వుంది వేసుకుంటావా.'

'దాంతోనే తింటున్నది...' బిరుసుగా సమాధానమొచ్చింది.

అన్నం గబగబా తినేసి మారుతి దగ్గరకు వెళ్లి, 'నాన్న హోండా తీసుకుపోతా... సెకెండ్ షో కూ...'

'రాత్రిపూట బైకెందుకురా... అయినా సెకెండ్ షో ఎందుకూ రేపు ఫస్ట్ షోకి పోవచ్చు గదా...'

'ఈరోజు పోవాలని అనుకున్నాం... బండి నేను నడపను లేనాన్నా మా ఫ్రెండ్‌కు బాగా వస్తుంది, తను నడుపుతాడు...'

'వద్దు నాన్నా బైక్ యివ్వను. నువ్విప్పుడే బైక్ నడపడం మంచిది కాదు...'

'ఏంకాదు నానా, కెన్ కంట్రోల్.'

'నేను కోపం కంట్రోల్ చేసుకోలేక పోతున్నాను. యింత లేవూ, ఎనిమిదో క్లాసు అయిపోయిందో లేదో అప్పుడే బైక్ కావాల్రా నీకు...'

'అమ్మా తొమ్మిది...'

'సర్లే ముయ్... అదేమన్నా డిగ్రీ అనుకున్నావా, అన్నీ పాడు బుద్ధులు, బడాయి బుద్ధులు, మేనమామల అతి చానా బాగా అబ్బింది కదా...'

'ఏంది నానా, నాక్కొంచెం కూడా యిండిపెండెన్స్ యీదా యీమె. మీ కొలీగ్ సుందర్రావ్ అంకుల్ యెంతో మేలు నానా, కిరణ్ గాడికి ఏమడిగినా యిస్తాడు. మీరు వేస్ట్...' ఆ చివరి పదాన్ని గొణుక్కుంటూ తన రూంలోకి వెళ్లిపోయాడు.

రాత్రి పదిన్నరకేమో, అప్పుడే అలా పడుకుందో లేదో మెయిన్ డోర్ సెంట్రల్ లాక్ వేసిన చప్పుడుకు లేచొచ్చి చూసింది సరోజ. రోహిత్ బైక్ స్టార్ట్ చేసి కదుల్తూ కన్పించాడు. మారుతి యేదో పుస్తకం చదువుతూ హాల్లోకొచ్చాడు.

'మామూలుగా రోడ్డు మీద రష్ వున్నప్పుడు కూడా పిల్లలు దూసుకు పోతుంటారు. ఇట్లా రాత్రి పూట రష్ లేనప్పుడు యింకెంత స్పీడ్‌తో పోతారో యేమో... మీకు చెప్పలేదు కదా, మొన్న మధ్యాన్నం, యింటికొస్తుంటే ఒకడు, పదైదేండ్లు కూడా వుంటాయో వుండవో, ఎట్ల పోయినాడనుకున్నారు. ఎంత స్పీడుగా, బండిని వొంచి మెలికలు తిప్పుకుంటా పోయినాడనుకున్నారు.

నా పక్కనుంచీ ఝుయ్యోని దాటిపోయాడండి, పది అడుగుల్లో ఒక కారు పక్కనుంచీ కట్ కొట్టాడండీ, నా గుండెలు జారిపోయినాయి, యింకా అయిపాయా, రోడ్డు మీద పెద్ద ఆక్సిడెంట్ గ్యారంటీ, కళ్లముందు జరుగుతుందనే హడలి పోయానండీ. క్షణంలో కారు దాటాడు, ఆ ముందర రెండు స్కూటీలో మధ్య నుంచి దూసుకుపోయాడండీ, స్కూటీల వాళ్లు భయపడ్డారే గానీ, వీడు రెండు క్షణాల్లో అంత దూరం వెళ్లాడండీ...

ఎంత మందికి భయం పుట్టిస్తూ, ఎందుకండీ అట్లా పోతారీ పిల్లలు. నాకు యింటికొచ్చే వరకూ గుండె దడ దడా కొట్టుకుంటానే వుంది, రోహిత్ కూడా యింతేనా అని పడుకున్నా అదే గుర్తొచ్చి భయం వేసింది. కలలో కూడా వాడేనండీ. నా స్కూటీ తోసేసి పోయినట్టు, నేను గాల్లోకెగిరి రోడ్డు మీద పడ్డట్టూ. రోహిత్ కూడా అట్లాగే తయారైతే, ఎక్కడన్నా కంట్రోల్ చేసుకోలేక పడితే ఏ కారో బస్సో మీద వెళ్లిపోతే, ఏంగతండీ.'

'ఏయ్... వూర్కో నువ్వు భయపడి నన్ను భయపెట్టద్దూ. అట్లయితే, ఇంట్లో

కూడా వున్నదున్నట్టు ఫాన్ మీద పడి చావచ్చు. ఊహలకు అంతమేమి... అంతా ప్రాబబులిటీనే కదా...'

'అంత యీజీగా తీసేయొద్దండీ, వీడు వీని ఫ్రెండ్స్ బయట యేమేమి చేస్తున్నారో... కనుక్కోండి. మంచి గుంపు జతైందండీ వీడికి. మీ సుందర్రావుకు ఫోన్ చేసి కనుక్కోండి, వాళ్లబ్బాయీ వెళ్లాడేమో...'

మారుతి, సుందర్రావుకు ఫోన్ చేసాడు. ఈ రాత్రి అంత అర్జెంటేమిటని ఆయన అన్నాడు.

ఇంట్లో మీవాడున్నాడా అని మారుతి అడిగితే, 'లేదు, ఫ్రెండ్స్‌తో కలిసి కంబైన్డ్ స్టడీస్ అని వెళ్లాడు. నాకు తెలుసు అది అబద్ధమని. సెకెండ్ షోకు వెళ్లుంటారు' అన్నాడు.

'మావాడు సెకెండ్ షోకనే చెప్పి వెళ్లాడు. నాకదీ అబద్ధమనిపిస్తావుందీ. యింకా యేదో నడుస్తోంది వచ్చాక మీవాడిని కనుక్కో.' అని మారుతీ ఫోన్ పెట్టేసాడు.

సరోజ మెత్తగా ఏడుస్తోంది. ఆమె చంపలు తుడుచి, 'ఏం కాదు భయపడొద్దు. గాబరాతో వాడినీ భయపెట్టొద్దు. వాడు ఎదుగుతున్నాడు. వాడిని వాడు ఐడెంటిఫై చేసుకోవడానికి చూస్తున్నాడు. వాడి దారికి ఎదురెళ్లడం కంటే, ఆ దారిలోకే మనమూ వెళ్లడమే కరెక్ట్.'

'వాడికి అలాంటి పిచ్చి పనులు చేయొద్దని గట్టిగా చెప్పకుండా, వాడి దారిలోనే మనమూ ఎంకరేజ్ చేయాలనడమేమిటండీ... కందమ్మ, ఆక్సిడెంట్ చేసుకొని, కాళ్లూ చేతులూ యిరిగితే యేంగతీ...'

'మొదట కందమ్మ అని అనొద్దు. వాడికి అదే యిష్టం లేదు. వాడిని గుర్తించమని వాడి పనుల ద్వారా మనకు చెప్తున్నాడు. నువ్వు వాడిని గుర్తిస్తే ఎక్కువ సంతోషపడతాడు. మనం యింట్లో కట్టిపడేసినా వాడి మనసుకు ఆక్సిడెంట్ అవుతుంది. వాడు తిరుగుతున్నది చాలా ప్రభావం వేసే గ్రూపు. అక్కడ ఎదురయ్యే పరీక్షలు వాడి వ్యక్తిత్వాన్ని నిర్మిస్తాయి. అక్కడ గెలిచాడా ఆత్మవిశ్వాసం

యేర్పడుతుంది. ఇప్పుడు మనం తలిదండ్రుల్లా రూల్సూ రెగులేషన్సూ మాట్లాడగూడదు. స్నేహితుల్లా వాడి ప్రోత్సహిస్తూ వాడి దారిని సరిజేయాలి.'

హాల్లోని ఉయ్యాలలో సరోజ, దివాన్ మీద మారుతీ మోహన్ అలా మాట్లాడుకుంటూ నిద్రపోయారు. రెండు గంటలకు లాక్ తెరుచుకుని లోపలికొచ్చిన రోహిత్ అమ్మా నాన్నలను చూసి గతుక్కుమన్నాడు. అలికిడికి కళ్లు తెరిచిన సరోజ మారుతి కొడుకును చూసి తెప్పరిల్లారు. కొన్ని నిమిషాలు మాటలు లేవు.

ఏమీ అనకుండా వున్న తలిదండ్రులను ఆశ్చర్యంగా చూసాడు రోహిత్.

'ఏందమ్మా హాల్లోనే పడుకున్నారా...' అంటూ చిల్డ్రన్ బెడ్రూంలోకి పోతుంటే,

'మంచి నీళ్ళు తాగి వెళ్లి పడుకో నాన్నా' అంది తల్లి.

రోహిత్ నెమ్మదిగా కిచెన్లోకి వెళ్లి మంచినీళ్లు తాగి మూతి తుడుచుకుంటూ బెడ్రూంలోకి పోతుంటే, మారుతి వాడిని రమ్మన్నట్టు సైగ జేసాడు. కొంచెం అనుమానంగా రోహిత్, నాన్న ముందు నిలబడ్డాడు.

వాడిని హత్తుకుంటూ... 'నా కొడకా, మొత్తానికి పెద్ద మొగోనివైపోతివిరా... రేసింగ్ గ్రూపులో మెంబరయ్యేంత మొగోనివైతివి కదరా...' అన్నాడు.

మారుతి అలా అనడం సరోజకు వింతగా వుంది. భర్త వూరికే అలా అనడం లేదని అర్థమవుతూనూ వుంది.

'నాన్న...' అంటూ రోహిత్ చాలా ఆశ్చర్యపోయాడు.

'రేయ్ నిజం చెప్పరా, నా అనుమానం కరక్టా కాదా... నిన్నేమీ అనం. విషయంలో క్లారిటీ యిస్తే, జాగ్రత్తలు చెప్తాం అంతే.'

'నిజమే నానా, నేనైతే చేయను. మా సీనియర్లు రమ్మంటే వెళ్లాం అంతే. మీరు భయపడేంత యేమీ లేదమ్మా, జస్ట్, చిన్న టెక్నిక్‌తో బండిని కంట్రోల్ చేయొచ్చు. మీకు ప్రామిస్ చేస్తా, నేను బండిమీద విన్యాసాలు చేయను.'

ఆ మాటకు సరోజ బిత్తరపోయి చూస్తాంది. రోహిత్ యింత పెద్ద పనులు చేస్తాడనీ, వాటిని యింత త్వరగా వొప్పుకుంటాడనీ వూహించనేలేదు.

'మరీ మీ అమ్మ భయాలెలా తీరుతాయో చెప్పు. అందరూ తాము చాలా జాగ్రత్తగా వుంటామనీ, మాకేమీ కాదనే అనుకుంటారు. చిన్న తప్పు జరిగినా ప్రమాదం ప్రమాదమే కదా...'

'ఊరికే నేర్చుకున్నా అంతే. మై ఎయిమ్ ఈజ్నాట్ రేసింగ్ కదా. మీరేమీ భయపడొద్దు. అట్లా స్కిల్స్ నేర్చుకోకుంటే ఆ నాయాళ్లు ఎగతాళి చేస్తారని నేర్చుకోవడానికి తిరిగినాను.'

ఆ మాటలు సరోజకు వూరటనిచ్చాయి. ఈ పూట రోహిత్ కొత్తగా కన్పిస్తున్నాడు. కొడుకు, బాధ్యత తెలిసిన ఎదిగిన అబ్బాయిలా కన్పిస్తున్నాడు. అయితే అవేమీ బయటికి అనడం యిష్టంలేదామెకు. కొడుకులు ఎంతెదిగినా చిన్న పిల్లల్లా చూడటమే తల్లులకు యిష్టం మరి!

'అయితే యిప్పుడు ఒక పనిచేయ్, మీ అమ్మను బైక్ మీద ఒక రౌండ్ తిప్పుకోని రాపో... మీ అమ్మకు నీ డ్రైవింగ్ స్కిల్స్ చూపిపో...'

సరోజ ఒక్క గెంతులో మారుతి గల్లా పట్టుకుంది. 'ఏందో, వాడిని భయపెట్టో, బుద్ధి చెప్పో యిట్లాంటి తలకుమించిన పనులు చేయొద్దని గట్టిగా చెప్తావనుకుంటే, అసలుకే ఎసరు పెట్టి, ఈ కోతికి యింకొంచెం కల్లుతాపుతావా...' అంది.

'ఏం కాదు పోవే, ఒంటిగంటైంది. నిజానికి యిది మాంచి ఉదయం, ఒక అర్ధగంట వీడెనకాల కూర్చొని నగరం తిరిగి రాపో, నీ భయం పోతుంది. వాడి మీదా నమ్మకం వస్తుంది...' నవ్వుతున్నాడు మారుతి.

మూతి ముప్పై వంకర్లు తిప్పి, 'చూసినాంలే సంబడం' అంటూ బెడ్రూం లోకి పోతుంటే...

'అమ్మా, అమ్మా...' అంటూ వెంటబడ్డాడు రోహిత్.

'నాయనా నీకు దండం, నాకు నిద్రొస్తావుంది, ఇంత రాత్రి కాడ రోడ్లమీద తిప్పుతాడంట రోడ్లమీద, అంత గావాల్లంటే మీ నాన్నను తిప్పుకొని రాపో... నేను రాను.'

'నాన్నదేముంది, నువ్వు చూస్తేనా నాకు బాగుంటుంది. రామ్మా... ప్లీజ్...' రోహిత్ వాళ్లమ్మను సతాయిస్తున్నాడు.

సరోజకు మొత్తానికి లోపల గూడు కట్టిన భయమైతే కరగడమైతే ప్రారంభమైంది.

ఆగష్టు 2022

కుప్పిలి పద్మ

రేపటి వేకువలో విచ్చుకునే పువ్వులు

రోజు లేచే దానికంటే వో గంట ముందు మేల్కొని, చెయ్యాల్సిన వంటంతా చేసేసి, విశాల్‌కి... ఆర్యన్‌కి చెరో లంచ్‌బాక్స్ సర్ది, ఆర్యన్ని స్కూల్ బస్సు దగ్గర దింపి, యింటికి వచ్చి రెడీ అయి "యివాళ టీమ్‌తో డిన్నర్‌కి వెళ్లుతున్నాను. బియ్యం కడిగి పెట్టాను. సాయంత్రమొచ్చాక కుక్కర్ ఆన్ చేసుకో. ఫ్రిడ్జ్‌లో పెట్టిన రసం... కూరల్ని వేడి చేసుకొని డిన్నర్ చెయ్యండి" అని విశాల్‌కి చెప్పింది నీలిమ.

"ప్చ్... యేమొద్దు... నేను చూసుకుంటానులే... అదో పెద్ద యిష్యూనా... పని చూసుకో" అన్నాడు విశాల్.

"కానీ ఆల్రెడీ బియ్యం కడిగేసాను. ఆన్ చేసుకో" అని నీలిమ లాప్‌టాప్ బ్యాగూ... కారు తాళాలు అందుకుని "ఫ్రిడ్జ్‌లో పెరుగుంది. టేబిల్ మీద ప్లేట్స్, స్పూన్స్, మంచినీళ్ళ గ్లాసులు అన్నీ పెట్టాను. ఆర్యన్‌కి స్నాక్స్ కూడా వుంచాను. యిద్దరూ డిన్నర్ చేసెయ్యండి" అని మరోమారు చెప్పి నీలిమ బయటకు వెళ్లబోతుంటే, "అబ్బా... నీకు చాదస్తం పెరిగిపోయిందనుకో!" అన్న విశాల్ మాటలు

వినిపిస్తున్నా ఆఫీసుకు టైం అవుతుండటంతో యింక ఆగకుండా ఫిట్బిట్‌లో స్టెప్స్ కౌంట్ చూసుకుంటూ త్వరత్వరగా లిఫ్ట్ వైపు నడిచింది నీలిమ.

"యెస్... యిష్యూనే... విశాల్‌కి వంట రాదు. వంటే కాదూ అసలు తనకి వంటగదే రాకెట్ సైన్స్‌లా వుంటుంది. మాడ్యులర్ కిచెన్ అయినప్పటికీ గ్లాసులు, స్పూన్స్, పళ్ళాలు యేవెక్కడ వుంటాయో కూడా తెలియవు. విశాల్‌కి అంత అపరిచితం వంటగది. టీమ్‌తోనో ఫ్రెండ్స్‌తోనో డిన్నర్‌కో, లంచ్‌కో, బ్రేక్ ఫాస్ట్‌కో వెళ్ళినప్పుడంతా.... యిలా ప్రతీదీ విశాల్‌కి ఆర్యన్‌కి అమర్చి వెళ్ళకపోతే యిద్దరూ తను వచ్చే వరకూ యేం తినరు. వేం చూసుకుంటామంటాడు కానీ విశాల్ మేనేజ్ చేసుకోలేడు. మొదట్లో చూసుకుంటానన్నప్పుడు ఫుడ్ ప్రిపేర్ చెయ్యకుండా వెళ్ళిపోతే తను వచ్చేసరికి ఆకలితో అలానే వుండేవాడు విశాల్. అయ్యో అని మనసు చివుక్కుమనేది. అప్పుడు గబగబా వొండేది. యిలా రెండు మూడుసార్లు అయ్యాక ఆ టైంలో వంట చేసే ఓపిక లేక విసుగ్గా వుండేది. పైగా 'అయ్యో ఆకలితో వున్నారేననే' గిల్ట్ వొకటి. యీ భోజనాల అరేంజ్‌మెంట్ కోసం తను తన ప్రొఫెషనల్ వర్క్‌ని కానీ తన పర్సనల్ స్నేహాల్ని కానీ పక్కన పెట్టాలనుకోలేదెప్పుడూ. తను చేసే యే పనులకి విశాల్ అడ్డు చెప్పడు. కానీ తనకి కావాల్సిన వంటని మాత్రం తను చేసుకోలేడు.

కారు డ్రైవ్ చేస్తుండగా అమ్మ ఫోన్. "స్పీకర్ ఆన్ చేసి వుందా" అడిగారు రూపాదేవి.

"మమ్మీ నేనొక్కదాన్నే వున్నాను. చెప్పు" అంది నీలిమ.

తల్లి యేదైనా తనకి మాత్రమే చెప్పాల్సిన విషయం వున్నప్పుడు అలా అడుగుతుందని నీలిమకి తెలుసు.

"కాజోల్ అస్సలు మాట వినటం లేదంట. మొండిగా వుంటుందని సాకేత్ ఫోన్ చేసాడు. వాళ్ళిద్దరికీ పొసగటం లేదని పెళ్ళయిన యీ మూడునెలల్లో మొదటిసారి చెప్పాడు. యేమి చెయ్యాలో తెలియటం లేదు" అన్నారు రూపాదేవి.

తల్లి గొంతులో బాధ కంటే ఆందోళన... ఆదుర్దా యెక్కువగా వినిపిస్తుంటే

తమ్ముడి సంసారంలో అప్పుడే యీ గొడవలేమిటో అనుకుంటూ "అసలు గొడవేంటి వాళ్ళిద్దరి మధ్యా" అని నిదానంగా అడిగింది నీలిమ.

"పడటం లేదు వాళ్ళిద్దరికీ"

"యే విషయంలో"

"యింటి పని విషయంలో"

'యింటిపనా...వాటే కోయిన్సిడెన్స్' అనుకుంటూ "డిటైల్డ్‌గా చెప్పు మమ్మీ. ప్రోబ్లం షేర్ చేసుకోవాలని నాతో చెపితే డీటెయిల్స్ చెప్పకపోయినా పర్లేదు. ప్రోబ్లం యెలా సాల్వ్ చెయ్యాలని మనిద్దరం ఆలోచన చెయ్యాలంటే మాత్రం నీకు తెలిసింది చెప్పు" అంది నీలిమ.

"కాజోల్‌కి యింటిపని, వంటపని అస్సలు రాదంట. ప్రస్తుతం జాబ్ కూడా చెయ్యటం లేదేమో యెప్పుడోఆలస్యంగా లేస్తుందంట. ఇక రోజంతా ఫోన్‌లో యీ సోషల్ మీడియాలోవి చూడటం... వోటీటీలోవి చూడటం. అంతేనట. వంటమ్మాయి రాని రోజు కనీసం కాఫీ కూడా పెట్టదంట. పెట్టటానికి అసలొస్తే కదా. యిక వాడా! వాడి కాఫీ కూడా వాడికి కలుపుకోవడం రాదు. అసలీ గొడవలు కాజోల్ బెంగళూరు వెళ్ళిన మొదటి వారంలోనే మొదలయ్యాయంట. వో రోజు 'యింటికి సాయంత్రం తన టీమ్‌లోని కొలీగ్స్‌ని డిన్నర్‌కు యిన్వైట్ చేసానని, తనను రడీగా ఉండమని, కాజోల్‌ను తన కొలీగ్స్‌కు పరిచయం చేస్తానని, వంటామెతో డిన్నర్ రెడీ చేయించమని' చెప్పి ఆఫీస్‌కి వెళ్ళాడంట. సాయంత్రం తన కొలీగ్స్‌తో వాడు యింటికి వచ్చేసరికి వుదయం వాడెళ్ళినప్పుడుయెలా వుందో అలానే షార్ట్స్‌లోనే మంచం మీదే వుందంట ఫోన్ చూసుకుంటూ. స్నానం లేదు. ఆ యిల్లు నీట్‌గా పెట్టనూ లేదంట. వంటామెతో వాళ్లకి డిన్నర్ కూడా ప్రిపేర్ చేయించలేదంట. యిలా చాలా చెప్పాడు. యేమి చెయ్యాలో పాలుపోవటం లేదు" అన్నారు రేవతి.

"కాజోల్‌కి అలవాటు లేదేమో యింటి పని. అందరికీ అన్నీ రావు కదా... అయినా సాకేత్ యేమీ కన్సర్వేటివ్ కాదు. పెత్తనం చెలాయించడం, తన మాటే నెగ్గాలని... తను చెప్పినట్లే చేయాలని కమాండ్ చేయడం వంటివి చేసే రకం

కాదు కదా! మరెక్కడొస్తోంది గొడవ?” అడిగింది నీలిమ.

“ఫ్రెండ్స్‌కి పరిచయం చేస్తాను... వస్తారు అని చెప్పిన తర్వాత కూడా అలానే యే పట్టింపు లేకుండా వుండటం వాడికి ఫ్రెండ్స్ ముందు సిగ్గుగా అనిపించింది” అన్నారు రేవతి.

“క్వయిట్ నేచురల్! ఆ విషయాన్ని సాగదీసి పోట్లాడుతున్నాడా కాజోల్‌తో... అయిందేదో అయిందని వదిలెయ్యకుండా?” అంది నీలిమ.

“ఆ రోజొక్కటే కాదులే. అసలు కాజోల్‌కి యింటి విషయాలే పట్టవంట. మినిమమ్ పట్టించుకోపోతే యెలా?” అని వాడు చాల బాధ పడుతున్నాడు. నాతో, మీ అందరితో ఫోన్ చేసి మాటాడమంటాడట. ‘నేనుమాటాడినప్పుడో... లేదా మీరు పలకరించినప్పుడో తప్పా, తనంత తను యెప్పుడూ మీతో ఫోన్ చేసి మాటాడదు... నువ్వుగమనించావా’ అన్నాడు. మాతో యెలా వున్నా వోకే. మీరిద్దరూ హ్యాపీగా వుంటే చాలని చెప్పాను’ అన్నారు రూపాదేవి.

“యెవరు మాటాడితే యేమిటి మమ్మీ... మనమే మాటాడుతుందాం... కొత్త కదా! కొన్నాళ్ళకి తనకు అలవాటు అవుతుందిలే... మెల్లగా యివన్నీ సర్దుకుంటాయిలే మమ్మీ”.

“కాజోల్‌తో నువ్వు మాటాడతావా?” అడిగారు రేవతి.

“నేనా? యేమని? యిలాంటి డిఫరెన్సెస్ వాళ్ళిద్దరే మాటాడుకొని సాల్వ్ చేసుకోవాలి. సాకేత్ నీతో షేర్ చేసుకోవటం వరకేనా యీ సమస్యలకి పరిష్కారం కూడా అడిగాడా” అని అడిగింది నీలిమ.

“వాడు బాధ పడుతున్నాడు కదా... కాస్త యెలా వుండాలో చెపుతావా?”

“నీకూ తెలుసు... మూడో మనిషి యింటర్‌ఫియరెన్స్ యెప్పుడూ మరింత చికాకుని పెంచుతుందని... నువ్వుకూడా చప్పున కాజోల్‌తో యివన్నీ మాటాడకు. కాజోల్‌కి నీతో షేర్ చేసుకునే కంఫర్ట్ లేదింకా. జస్ట్ వెయిట్ మమ్మీ... అన్నీ సర్దుకుంటాయి” అంది నీలిమ.

“మీలా వుండొచ్చు కదా కాజోల్ కూడా”

"మాలా అంటే"

"పెళ్ళయినా కొత్తలో చేసుకోవల్సిన అడ్జెస్ట్‌మెంట్స్‌ని చేసుకోవచ్చు కదా మీ అందరిలానే"

"తను పెరిగొచ్చిన వాతావరణం మీద కూడా యివన్నీ డిపెండయి వుంటాయి కదా... వోకే మమ్మీ... ఆఫీస్‌కి రీచ్ అయ్యాను. తర్వాత మాట్లాడతాను." అంది నీలిమ.

* * *

గత మూడు రోజులుగా రూపాదేవికి గొంతులో యేదో అడ్డుపడి మింగుడు పడనట్టుగా వుంది బహుశా దుఃఖమేమో! మూడు రోజులుగా వొక్కరితో కూడా సాకేత్ విషయం మాటాడలేదు. నీలిమతో మాట్లాడాక కాస్తవూపిరాడినట్టయింది. నీలిమతో మాటాడి యిటు తిరిగేసరికి అత్తగారు. వింతగా రూపాదేవి వైపు చూస్తున్నారు.

"యీమె విన్నారా యేంటి? మొత్తం వాట్సాప్ స్టేటస్ పెట్టేస్తారు వింటే' అని కంగారుగా "యేమిటత్తయ్యా?" అన్నారు రూపాదేవి.

కాసేపు ఆగి నెమ్మదైన గొంతుతో "యింటి పనిలో కొంచెం సహాయం చెయ్యొచ్చుగా ఆ కాజోల్. యీ రోజుల్లో చదువుకోని పిల్లలెవరు చెప్పు. యింటి పని రాకపోతే నేర్చుకోవాలి. వంట మనుషులు, పని మనుషులు యెందరున్నా యింట్లో పని తప్పుతుందా? మనం అందులో కొంతైనా చెయ్యటమో పైనుండి చూసుకోవడమో చెయ్యాలి కదా! లేకపోతే ఎలా కుదురుతుంది చెప్పు. నేనే పని చెయ్యను... రాదు అనటమేమిటో విడ్డూరం! మరీ అలా యెలా పెంచారో ఆ పిల్లని!" ఆశ్చర్యపోతూ అన్నారు బామ్మ గారు. "అయినా కాజోల్‌తో నేను మాట్లాడాతానుండు. మొత్తం యింటి పనంతా చేసుకుని నువ్వు వుద్యోగం యెలా చేసేదానివో చెప్పి నాలుగు చీవాట్లేస్తాను" అన్నారు బామ్మగారు.

"యిప్పుడే మనల్నెవరినీ యేమీ మాటాడొద్దంది నీలిమ" అన్నారు రూపాదేవి.

మొత్తం మనవలందిరిలోనూ నీలిమ అంటే ఆవిడకు యెంత యిష్టమో తెలిసి తెలివిగా అలా అన్నారామె. నీలిమ వద్దన్నది అంటే యిక ఆవిడ కాజోల్‌తో మాట్లాడరు అనుకొని కాస్త స్థిమితపడ్డారు రూపాదేవి.

* * *

నీలిమ లంచ్ టైంలో తన టీమ్ వాళ్ళని... మరెందరినో పరిశీలనగా చూస్తూ తన తమ్ముడి వయసున్న వాళ్ళని చూస్తూ వీళ్ళకి యింటి పని వచ్చి వుంటుందా? అనుకుంటూ... అమ్మాయిల వైపూ చూసింది... వీళ్ళకి పనులొచ్చా? యేమో! తన క్లాస్‌మేట్స్‌లోనే చాల మందికి వంట రాదు. కుక్కర్ పెట్టటం, కాఫీ కలుపుకోవటంరాదు. కానీ యెలాగోలా సంసారాలని నెట్టుకొస్తున్నారు. విశాల్‌కి వంట చేయడం రాకపోయినా... తనకు వంట పని యింటి పని చేయడం వచ్చు కనుక, వొక్కోసారి ఆఫీస్ పనితో వొత్తిడిగా వున్నా యెలాగోలా నడుస్తుంది బండి. మొదట్లో విశాల్‌కి కాఫీ, టీ లాంటివైనా నేర్పించాలని ప్రయత్నం చేసినా అతనెప్పుడూ నేర్చుకునే ఆసక్తి చూపించలేదు. నువ్వు చెయ్యకపోయినా పర్లేదు కానీ యివన్నీ యిప్పుడు నా నెత్తిమీద పెట్టకు అనేవాడు. పని చెయ్యకుండా రోజు గడవటం కష్టమని విశాల్‌కీ తెలుసు. కానీ ఆసక్తి వుండదు. ఫుడ్‌ని తెప్పించుకునే యాప్ వొచ్చిన తర్వాత కూడా అతనికి కావాల్సిన ఫుడ్‌ని తెప్పించుకునే ఛాయిస్ కూడా తక్కువే. పూర్తిగా వెజిటేరియన్. దాంతో రోజువారి భోజనం ఆర్డర్ చెయ్యటానికి వుత్సాహం చూపించేవాడు కాదు. తన మనసుకి గిల్ట్ లేకుండా, విశాల్‌కి యిబ్బంది లేకుండా బయటకెళ్ళే ప్రతి సారీ అతనికి కావాల్సినవి ప్రతీది అరేంజ్ చెయ్యటం చేసేది. ఆర్యన్ పుట్టాక కూడా యిదే పద్ధతి. వొక్కోసారి యే కారణంగానైనా యింటికి రావటం ఆలస్యమయినప్పుడు విశాల్‌కి ఫుడ్ యెలా అని టెన్షన్‌గా, కంగారుగా వుంటుంది. అన్నీ అమర్చి బయటకి వచ్చే తనని చూసి 'ఆయనను చేసుకోమని చెప్పొచ్చు కదా!' అని యెవరైనా అన్నా తను పట్టించుకునేది కాదు. యెందుకంటే అలాంటి ఆలోచనలు మొదట్లో తనకీ వచ్చేవి. అతనితో యిలాంటి మాటలన్నప్పుడు "నేనేమైనా నిన్ను

చేసి పెట్టమన్నానా... యెప్పుడైనా? అవసరమైతే నా ఫుడ్ విషయం నే చూసుకుంటాను" అన్నాడు. కానీ విశాల్‌కి ఆ స్కిల్ లేదు. నేర్చుకునే ఆసక్తి లేదు. పైగా అలాంటి సంభాషణలు తనకి అశాంతిగా అనిపించేవి. డిమాండ్ చెయ్యడని అతనికి కావాల్సిన ఫుడ్ యేర్పాట్లు చెయ్యకుండా తను వదిలెయ్యలేదు. డిమాండ్ చెయ్యకపోవటం కంటే ఆ పనేదో నేర్చుకుంటే తనకి వొత్తిడి తగ్గుతుందని అతనెప్పుడూ అనుకోలేదు. ఆ విషయాన్ని అతనికి అర్థం చేయించటమూ కష్టమే. మొదట్లో టైం మేనేజ్‌మెంట్‌లో కొంత యిబ్బంది వుంటుంది కానీ అలవాటైయ్యాక పెద్ద కష్టమేమీ కాదనిపించేది.

విశాల్ యీ పనులను షేర్ చేసుకోకపోయినా... యింటికివ్వాల్సినవి తీసుకురావటం... ఆర్డర్ చెయ్యటం... ఆర్యన్ విషయాల్ని పూర్తిగా పట్టించు కోవటం యిలా చాల పనులు బాధ్యతగా చేస్తాడు. విశాల్ మీద కంప్లైంట్ లేకపోవటం తన ఫ్రెండ్స్‌కి ఆశ్చర్యమేసేది. స్నేహితులు యింటి విషయాలు మాటాడుకుంటున్నప్పుడు 'తనకి కొన్ని పనులువచ్చు. నాకు కొన్ని పనులొచ్చు... అందరికీ అన్నీ రావు కదా! నాకే కంప్లైంట్స్ లేవు విశాల్ మీద' అని స్పష్టంగా చెప్పేది. కంపాటిబులిటీ విషయాలు కాలానుగుణంగా యెప్పటికప్పుడు మారిపోతూనే వున్నాయి. అందరూ అప్‌గ్రేడ్ అవ్వాల్సిందే.

తననీ, అక్కనీ యింటి పనీ వంట పని చెయ్యడానికి పిలిచినట్టు అమ్మ సాకేత్‌ని పిలిచేది కాదు. నాన్నగారు యెప్పుడూ యింట్లో యేపనీ చేసేవారూ కాదు. వుద్యోగం చెయ్యటానికి తనని నాన్నగారు పంపటమే తనకి యిచ్చిన గొప్ప గౌరవం... స్వేచ్ఛ... అనుకునేది అమ్మ. విశాల్ వాళ్ళ అక్కకి వచ్చినట్టు విశాల్‌కి యింటి పని రాదు. విశాల్ తమ్ముడికీ రాదు. కానీ అతను అమెరికా వెళ్ళాక, తప్పక యింటి పని, వంట పని చేసుకునేవాడట పెళ్ళైయ్యే వరకూ. సాకేత్ కూడా యింటి పని కాజోల్‌కి మాత్రమే సంబంధించింది అనుకోకుండా తనూ నేర్చుకోవాలి. వంటపనికీ, యింటిపనికీ హెల్పర్స్ వున్నా, యింట్లో వాళ్ళూ అంతో యింతో చెయ్యక తప్పదు... వాళ్ళు రాని రోజు మరింత పనుంటుంది

కదా! చేసుకోవాలి కదా!' ఆఫీస్‌లోకి రాబోతుంటే నీలిమకు 'కాజోల్, సాకేత్ యిది తామిద్దరి పనని రీలైజ్ అయితే తప్పా యీ సమస్యలకి పరిష్కారం లేదు కదా! వాళ్లకి యెవరైనా విడమర్చి చెపితేనో?' అనిపించింది.

* * *

బెంగుళూరులో వైట్ ఫీల్డ్స్‌లో వున్న ప్రొఫెషనల్ ఫ్యామిలీ కౌన్సలర్ అనిల రాఘవన్ ఛేంబర్‌లో తన ముందున్న సాకేత్... కాజోల్ చెపుతున్నవి శ్రద్ధగా విని "పెళ్ళికి ముందు మాటాడుకున్నప్పుడు యీ విషయాలన్నీ మాటాడుకోలేదా?" అడిగింది అనిల రాఘవన్.

"యే విషయాలన్నీ?" అడిగాడు సాకేత్.

"అసలు పెళ్ళి చేసుకోడానికి ముందు మీరేం మాటాడుకున్నారు?"

"నా జాబ్... హైక్... టార్గెట్స్... ఫ్యూచర్ ప్లాన్స్ అలాగే తన జాబ్ విషయాలు మాటాడుకున్నాం" అన్నాడు సాకేత్.

"ఫ్యూచర్ ప్లాన్స్ అంటే?" అడిగింది అనిల.

"యిల్లు...విల్లా... యిన్వెస్ట్‌మెంట్స్... అమెరికా వెళ్ళటం యిలా" అన్నాడు సాకేత్. "మీ యిద్దరికీ వున్న స్కిల్స్ అవేమీ మాటాడుకోలేదా?" అడిగింది అనిల.

"వో... యా... నాకు స్విమ్మింగ్, డ్రైవింగ్... బంగీ జంప్..." అంది కాజోల్. వింటున్న అనిలకు నవ్వొచ్చింది.

జాగ్రత్తగా నవ్వు ఆపుకుంటూ 'రోజువారి జీవితంలో వంట యింట్లో చెయ్యాల్సిన జంప్స్ గురించి మాటాడుకోలేదు కానీ యే హాలిడేకో వెళ్ళినప్పుడు చేస్తామో చెయ్యమో తెలియని బంగీ జంప్ స్కిల్‌ని మాట్లాడుకున్నారు. ప్రతీరోజు... ప్రతీక్షణం... కలిసి బతుకుతున్నప్పుడు రోజు వారి జీవితంలోకి కావాల్సిన స్కిల్స్ గురించి మాట్లాడుకోలేదు వీళ్ళు. వీళ్ళేకాదు దాదాపు తన దగ్గరకి వస్తున్న వాళ్ళంతా యిలానే వున్నారేమిటో?'

"వంట పని, యింటి పని తనకొచ్చా అని అడగలేదా?" అని అడిగింది అనిల.

"అవి అడగాల్సిన విషయాలా?" ఆశ్చర్యంగా అడిగాడు సాకేత్.

"అంతే" అంది అనిల.

"ప్రతి అమ్మాయికీ నేచరల్‌గా వస్తాయి కాదా!" విస్మయంగా అన్నాడు.

"అలాయెలా అనుకున్నారు సాకేత్... అలా యెలా వస్తాయి?" అంది అనిల.

"మా అమ్మాగారు, అక్కలూ చదువుకున్నారు. జాబ్స్ చేస్తున్నారు. మా యిద్దరు అక్కలూ బెస్ట్ ఐఐటిల్లో చదువుకున్నారు. వాళ్ళు జాబ్స్ చేస్తున్నారు. వాళ్ళిద్దరికి వంటొచ్చు. యింటి పనొచ్చు" అన్నాడు సాకేత్.

'యేమిటో యీ మగవాళ్ళంతా! స్త్రీలంతా అన్నీ అవయవాలతో పాటు వంటపని యింటిపనితో పుడతారని యింత ప్రగాఢంగా నమ్ముతారేమిటో! పిల్లలంతా వొక్కలానే పుడతారు. కానీ పిల్లలు ఆడపిల్లలుగా మొగపిల్లలుగా పెంచబడతారని చాల మందికి తెలియకపోవటంతో పుట్టటమే ఆడపనులు మొగపనులతోనే పుడతారనుకుంటుంటారు' అనుకుంటూ, అనిల "వొకే... మీరేమనుకుంటున్నారు?" అని కాజోల్‌ని అడిగింది.

"ఖచ్చితంగా యీ పని నేర్చుకోవాలని నాకెప్పుడూ యింట్లో చెప్పలేదు. నన్నెవరూ యేదో వొక పని చెయ్యమని అడగలేదు. నా పేరెంట్స్ యిద్దరూ డాక్టర్స్. యిల్లంతా మా బామ్మగారు చూసుకునేవారు. యిప్పుడు సడన్‌గా నన్ను యిల్లు నీట్‌గా పెట్టుకోవటం... కాఫీ చెయ్యటం యిలాంటివన్నీ చెయ్యమంటే నా వల్ల కాదు. నాకు నా ప్రొఫెషన్ మీద చాల యాంబిషన్స్ వున్నాయి. అవి నేర్చుకోవటం... ఆ వర్క్‌కే టైం సరిపోదు. యింక యీ చిన్ని చిన్ని విషయాలకి యింత యింపార్టెన్స్ యిచ్చి యిదేదో అంతర్జాతీయ సమస్యలా రెండు ఫ్యామిలీల వాళ్ళంతా చర్చించడం యేమీ బాగోలేదు. యిది అంత యింపార్టెంట్ యిష్యూనా?" అడిగింది కాజోల్.

అనిల సాకేత్ వైపు చూసింది.

కాసేపయ్యాక అనిల "మీ యిద్దరూ వొకరి నుంచి వొకరు యే చేంజ్‌ని... కోరుకుంటున్నారు... ఆశిస్తున్నారు?" అని అడిగింది.

"రోజూ యింటి పని, వంట గురించి పట్టించుకోవాలి, యిలాంటివన్నీ

నా వల్ల కాదు. నాకనిపించినప్పుడు చేస్తాను. అదో కండీషన్‌గా పెడితే నాతో వీలుకాదు. మ్యేరేజ్‌కి ముందు యెలావున్నానో అలానే వుంటాను. మేజర్ ఛేంజ్ హస్బెండ్ అనే ఫ్రెండ్ వుంటాడు... ఆ ఫ్రెండ్‌షిప్ పట్ల రెస్పాన్సిబుల్‌గానే వుంటాను. మేం కొన్నింటిని పంచుకుంటాం... సాకేత్ యిలా వుండాలి... అలా వుండాలి అనే డిమాండ్స్ నాకేం లేవ్. పెళ్ళికి ముందు యింట్లో వున్నప్పుడు మా మదర్ నా బట్టలు యిస్త్రీ... అన్నం తినిపించటం... యిలా చాల పనులు చేసిపెట్టేవారు. అవిప్పుడు నేనే చేసుకుంటున్నాను. నా బట్టలు యిస్త్రీతో పాటు సాకేత్ బట్టలకి బాధ్యత పడలేను. అలానే తనూ నా పనుల విషయంలో బాధ్యత పడక్కర్లేదు. నాకు అనిపించి... వీలుంటే చేస్తాను" స్పష్టంగా చెప్పింది కాజోల్.

కాజోల్ మాట్లాడిన మాటలకంటే ఆమె టోన్ సాకేత్‌ని మౌనంలోకి తోసేసింది.

కాజోల్ యే మాత్రం మారదు అనుకున్నాడు సాకేత్. తను చెప్పింది సాకేత్‌కి నచ్చదని తెలిసినా స్పష్టంగానే మాట్లాడటమే కరెక్ట్ అనుకొంది కాజోల్.

యిద్దరూ మౌనంగా బయటకి వచ్చారు.

* * *

కాజోల్ అమ్మగారు రేణుక కాల్ చేసారు రూపాదేవికి. రూపాదేవి 'హలో' అనగానే మరోమాట లేకుండా "మీకు తెలుసు కదా వదినా! కాజోల్ మాకు వొక్కగానొక్క పిల్ల. చిన్నప్పటి నుంచి వొక్కత్తే పిల్లని గారాబంగా పెంచాను. అన్నం కలిపి తినిపించేదాన్ని. బట్టలన్నీ రెడీగా పెట్టేదాన్ని.

యే పనీ చేయనిచ్చేదాన్ని కాదు. అవసరమైనప్పుడు వాళ్ళే నేర్చుకుంటారను కున్నాను" అన్నారు రేణుక.

"అంతేలేండి. కావాలంటే యిప్పుడు వాళ్ళు యిద్దరూ నేర్చుకుంటారు..." అన్నారు రూపాదేవి.

"వదినా! మీరు కొన్ని రోజులు పిల్లల దగ్గరకు వెళ్లి వుండి, యీ పనులన్నీ నేర్పిస్తే వాళ్ళిద్దరి మధ్యా వచ్చిన కాన్‌ఫ్లిక్ట్ పోతుంది" అన్నారు రేణుక.

'ఆ పనేదో ఆవిడే చెయ్యొచ్చు కదా! యిప్పుడు తెలివిగా ఆ బాధ్యతను తన నెత్తి మీదకు నెట్టేయాలని చూస్తోంది' అనుకుంటూ రూపాదేవి "లేదండి. మీరే వెళ్ళండి. మీ దగ్గరున్న చనువు నా దగ్గర వుండదు కాజోల్‌కి. మీరైతే తనతో యేమి చెప్పినా, యెలా చెప్పినా ఫరవాలేదు. అయినా అక్కడకెళ్ళి వుండటం నాకు వీలుకాదండి... అత్తయ్య గారు, మీ అన్నయ్య గారిని వదిలివెళ్లడం యెలా అండి?" అన్నారు రూపాదేవి.

"మీ పెద్దమ్మాయి దగ్గర అమెరికాలో ఆరు నెలలుండి వచ్చారు కదా... బెంగళూరే అమెరికా అనుకోండి' జోక్ చేస్తున్నట్లుగా నవ్వుతూ అన్నారు రేణుక.

"మీరే వెళ్ళండి... అమెరికా అనుకుని" నవ్వుతూ అన్నారు రూపాదేవి.

అలా కాసేపు సంభాషణ జరిగినా యెటూ తేలలేదు.

* * *

సాకేత్ తల్లికి ఫోన్ చేసి కౌన్సలర్ దగ్గర జరిగిన మాటలన్నీ తల్లికి పూసగుచ్చినట్లు చెప్పాడు.

ఆమెకి కొడుకు సంసారం నిలబడుతుందా అనే అనుమానం మొదలై వొక్కసారిగా బ్రాన్పడిపోయారు. యిప్పుడెలా? కొడుక్కి చాల చెప్పాలనిపించింది. కానీ యెలా చెప్పాలోనని ఆలోచిస్తూ మాట్లాడలేదు. కొంచెం కొంచెంగా దుఃఖం వూరుతుంది.

నీలిమకు ఫోన్ చేసారామె.

"మా టీమ్‌తో డిన్నర్ కెళ్లాను మమ్మీ. యిప్పుడే యింటికి బయలుదేరాను. డిన్నర్ చేశావా" అడిగింది నీలిమ.

"చేసాను" అని సాకేత్ కాజోల్ కౌన్సిలర్ దగ్గరకి వెళ్ళిన విషయాలు... కాజోల్ వాళ్ళ అమ్మగారి మాటలూ అన్నీ చెప్పి "అసలిది యింత పెద్ద సమస్య అయిందేమిటి నీలూ?" అన్నారు రూపాదేవి.

"యెవరి మనస్థితిని బట్టి, పరిస్థితిని బట్టి వారి వారి సమస్యలు పుడుతూంటాయి. అలానే వారి వారి విచక్షణను బట్టి నిర్ణయాలు తీసుకుంటారు.

యెవరో వొకరు సర్దుకుపోవడం అంటే, ఆ వొకరూ యెవరన్నదే యీ తరం ప్రశ్న. చాల కాలం క్రితం అమ్మాయిల్ని సర్దుకుపోవాలని నచ్చచెప్పడమో, ఆదేశించటమో, నిర్ణయించటమో చేసేవారు. లేదా యెవరికి వారు సర్దుకు పోవాలని అనుకునేవారు. యిప్పుడలా లేదు. సాకేత్ కూడా ఆలోచించాలి. కాజోల్ నుంచి తన యెక్స్‌పెక్టేషన్స్‌ల్లో కనీ కనిపించని అలవాటైన పెత్తనం వుందేమోనని తరచి చూసుకోవాలి. యింటికి ఫ్రెండ్స్‌ని పిలిచినప్పుడు ఆ రోజు కాజోల్‌కి వోకేనా కాదాని కనుక్కోవాలి కదా! ఆ రోజు ఆ అమ్మాయి మూడ్ యెలా వుందో... సాకేత్ ఆమె స్పేస్‌ని గౌరవించాలి. అలానే కాజోల్ కూడా సాకేత్ స్పేస్‌ని గౌరవించాలి. కాజోల్ కూడా ఆలోచించుకోవాలి... తనకి ఆ రోజు యెవ్వరినీ కలిసే మూడ్ లేనప్పుడు ఆ విషయం సాకేత్‌కి స్పష్టంగా చెప్పాలి. తన హస్బెండ్‌ని ఫ్రెండ్ అనుకుంటుంటే, ఫ్రెండ్స్ యింటికి వస్తారని చెప్పినప్పుడు ఆ పట్టించుకోనితనమేమిటో... తనలోని ఆ పార్శ్వం యేమిటో... తనూ చెక్ చేసుకోవాలి. అయితే మనలోని లోపాల్ని మనం గుర్తించడం, వొప్పుకోగల్గడం యెవరికైనా యీజీ కాదు" అంది నీలిమ.

"నేను సాకేత్‌ని సరిగ్గా పెంచలేదా నీలూ? మీతో యింట్లో పని చేయించినట్టే, నేర్పించినట్టే వాడినీ పెంచుంటేవాడు ఆ పనులన్నీ తన భార్యవి మాత్రమే అని యింత గట్టిగా నమ్మేవాడు కాదేమో!" అన్నారు రూపాదేవి.

"కావొచ్చేమో! ఖచ్చితంగా తెలీదు మమ్మీ. మనం పిల్లల్ని వాళ్ళకి మంచిది అనుకొని పెంచుతాం... కానీ మన మనస్సుల్లో యేవి యెక్కడ నుంచి పోగు పడతాయో తెలీదు. మామ్... నువ్వు నీ పెంపక లోపమనే గిల్ట్‌లోకి జారకు... యిటు స్పూన్ అటు పెట్టటం రాని అమ్మాయిలూ పెళ్లి అయ్యాక చక్కగా కుదురుకుని వున్న వాళ్లు వున్నారు... పది మందికి వొంటి చేత్తో వండి పెట్టగలిగే సత్తా వున్నా విడిపోయినవాళ్ళు వున్నారు. బేసిగ్గా పెళ్ళితో వచ్చే రిలేషన్షిప్‌ని ఫ్రెండ్ అనుకుంటున్నారు కానీ ఆ రిలేషన్‌షిప్‌లో ప్రేమో... స్నేహమో... బంధమో... యేదో వో పేరుతో యెవరూ యెవరిపై పెత్తనం, కట్టడి చెయ్యకూడదని... యిద్దరూ వాళ్ళ వాళ్ళ స్పేస్‌ని గౌరవించాలానే యెరుక వుండటం లేదేమో!

అందుకే పెళ్ళితో వచ్చే యీ రిలేషన్‌షిప్ అంత కాంప్లికేటెడ్‌గా మారి పోతుందేమో! కలిసి వున్న కాపురాల్లో చాలా మట్టుకు యిద్దరిలో వొకరు మరొకరి పెత్తనాన్ని భరించటమో లేదా అందులో సర్దుకుపోవడం వల్లే సాగుతున్నాయి... దానికి నువ్వూ, నేనూ, మనలాంటి ఆడవాళ్ళు, యింకా అనేక మంది మగవాళ్ళూ కూడా అతీతం కాదు. వూరికే గిల్ట్ తీసుకోకు. వాళ్ళే సాల్వ్ చేసుకుంటారు యెలాగోలా" అంది నీలిమ.

"వొకవేళ డైవోర్స్ తీసుకుంటామంటేనో!" ఆదుర్దాగా అన్నారు రూపాదేవి.

"తీసుకుంటే తీసుకోనీ."

"అదేమిటి నీలూ... అంత తేలిగ్గా చెపుతున్నావు?"

"అరే... అదే వాళ్ళిద్దరి డెసిషన్ అయితే గౌరవించాలి... మనుష్యుల్ని కలిపి వుంచే ప్రేమో! స్నేహమో! వాళ్ళిద్దరి మధ్య లేకపోతే యిక కలసి వుండటంలో అర్థమేముంటుంది? వాళ్ళ మధ్య రిలేషన్‌ను యెలా బాగు చెయ్యవచ్చో ఆలోచించు. అందరం ఆలోచిద్దాం. వాళ్లింకా యేమి చెప్పక ముందే నువ్విలా రకరకాలుగా వూహించుకోకు. వోకే? నేను యింటికి వచ్చేసాను. లిఫ్ట్‌లోకి వెళ్ళుతున్నాను. బై" అని నీలిమ లిఫ్ట్‌లోకి వెళ్ళింది.

యింట్లోకి వచ్చి, కాళ్ళు చేతులు కడుక్కుని, డైనింగ్ హాల్లోకి వచ్చింది నీలిమ. మిగిలిపోయిన కూరలూ, రసం, పెరుగుని ఫ్రిడ్జ్‌లో పెట్టింది. మిగిలిన అన్నాన్ని చిన్ని గిన్నెలోకి తీసి, డైనింగ్ టేబుల్ సర్ది, మంచినీళ్ళు తాగి, కిచెన్‌లోని లైట్‌ని తీసేసి, స్నానం చేసొచ్చి, లాప్‌టాప్ ఆన్ చేసింది. పిల్లల్లోని సాఫ్ట్ స్కిల్స్‌ని డెవలప్ చేసే రెండు మూడు యాప్స్‌ని చెక్ చేసింది.

తనకి కావల్సింది దొరికే వరకూ వెతుకుతూనే వుంది.

"Dining etiquette... కుక్కరీ క్లాసెస్ ఫర్ చిల్డ్రన్" అని దొరగ్గానే ఆర్యన్ పేరుని అందులో రిజిస్టర్ చేసింది.

ఫోన్ తీసుకొని "డియర్ విశాల్... కొద్దికొద్దిగా యింటి పని, వంట పనిని నువ్వూ చేస్తుండు... పేరెంట్ నుంచి పిల్లలు చాల నేర్చుకుంటారు... ఆలోచించు... మన ఆర్యన్ కోసం..." అని అక్కడో లవ్ యెమోజిని పెట్టి విశాల్‌కి వాట్సాప్ మెసేజ్ పంపింది.

కొన్నిసార్లు ఆర్గ్యుమెంట్‌ని అవాయిడ్ చెయ్యటానికి నీలిమ విశాల్‌కి యిలానే వాట్సాప్ మెసేజెస్ పంపుతుంది.

'యీ రోజు కలిగిన యెరుకతో ఆర్యన్‌కే కాక యీతరం పిల్లలందరికీ... వారు ఆడైనా... మగైనా... యే జండర్ అయినా వంట అందరికీ అవసరమైన, తప్పని సరైన లైఫ్ స్కిల్ అనిపించింది. అందించే ప్రయత్నం చేస్తున్నాను. యిలా యెప్పటికప్పుడు పిల్లలకి కావాల్సిన స్కిల్స్‌ని అప్‌గ్రేడ్ చేసుకుంటూ వెళ్ళటం మాత్రం చేస్తుండాలి... వంట పని యింటి పని రావటం మరొకరి కోసం కానే కాదు... యెవరికి వారు కంఫర్టబుల్‌గా... సుఖంగా... హ్యాపీగా... శాంతిగా బతకటానికి అవసరం' అని యఫ్‌బిలో రాసుకొని, వోన్లీ మీ అని ప్రైవసీ సెట్టింగ్ పెట్టి, పోస్ట్ చేసింది నీలిమ. ప్రైవసీ పెట్టకపోతే యీ మాటల్ని చూసి కాజోల్... తన తమ్ముడు వారి గురించే రాసాననుకోవచ్చు... యిది యీ రోజు తనకి స్ట్రాంగ్‌గా కలిగిన యెరుక... మెమరీగా వస్తూనే వుంటుంది. ప్రోగ్రస్ చూడాలి తన యింట్లో... ప్రతీ యేడాది... అనుకుంటూ మంచం మీద వాలుతూ ఫిట్ బిట్‌లో స్టెప్స్ కౌంట్ చూసుకుంది... రేపు మరింత కౌంట్ పెంచాలనుకొంది.

జూన్ 2023

మనోజ్ఞ ఆలమూరు

ఐదడుగుల బుల్లెట్

బుల్లెట్ సౌండే నాకు ఆర్గాజమ్.

ఎవరో యూట్యూబ్ ఛానెల్ థంబ్ నైల్ పెట్టాడు. ఎపుడూ ఫ్రెండ్స్‌తో చేసే జోకు. వాడెట్లా విన్నాడో ఎక్కడ విన్నాడో, పోన్లే, ఇంకేమీ పనికిమాలిన వాగుడు లేదు. అంతవరకూ ఓకె.

తొలుత ఈ బుల్లెట్ గోలేంటీ అన్న ఇరుగూ పొరుగూ కూడా భలే చేశావమ్మాయి అన్నట్టు చూస్తున్నారు.

సక్సెస్ బాస్టర్డ్స్ సక్సెస్. అదుంటే ఈ లోకం నీ దాసోహం.

'ఇదిగో తెలుగు బుల్లెట్' అని ఈనాడు ఎనిమిదో పేజీలో ఫోటోతో సహా వేసిన డబుల్ కాలమ్ ఐటమ్ మహిమ. బంధుమిత్రుల నుంచి ఫోన్లు వస్తూనే ఉన్నాయి.

పదిహేనేళ్ళ కల. ఐదేళ్ళ కష్టం. నేషనల్ బైక్ ఛాంపియన్ షిప్ రన్నరప్ సమీర. తడిమి చూసుకుంది ట్రోఫీని. రేసర్ సమీర. పీలగా ఉండి పీలగొంతుకతో ఉండి పీల విశ్వాసంతో ఉండి అందరి చేత పీలగా ఫీలయిన సమీర కాదు. ఛాంపియన్ సమీర. జాతీయ స్థాయిలో ఒక పేరు. మగవాళ్ళ బైక్ రేసులో నువ్వెందుకమ్మా అన్నోళ్ళతో

గొడవపడి రూల్స్ మార్పించి మరీ పోటీ పడి ముందుకు నడిచిన విజేత. మూడు నాలుగేళ్ళుగా ఇంటా బయటా అందరిలోనూ కొద్ది కొద్దిగా గుర్తింపు పెరుగుతూనే ఉంది. తన కాళ్ళ మీద తాను గట్టిగా నిలబడ్డాక తనకు తెలీకుండానే కొత్త అందంతో తొణికిసలాడుతున్నట్టు అనిపించేది. ఇంటా బయటా నలుగురూ కొత్తగా అందరూ తననే చూడడం మొదలై మూడు నాలుగేళ్ళు.

అంతకుముందు కథ వేరు. అప్పుడు ఇలా మాట్లాడిన వారు లేరు. అసలు మొహం చూసే వారే లేరు.

ఇప్పుడు గర్వంగా ఉంది. ఛాతీ ఉప్పొంగుతున్నట్టే ఉంది. ఒకప్పుడు గోల్ఫ్ కోర్సు అన్న గాడిద కొడుకు ఇపుడు కనిపిస్తే వాడి తలతో గోల్ఫ్ ఆడేది కాదూ-అదేదో ఇంగ్లిష్ సినిమాలో ఎంత స్టైయిలిష్గా చూపించారు గోల్ఫ్ స్టిక్తో మర్డర్ చేయడాన్ని.

మీ ఉపయోగపు విలువతో తప్ప మా శరీరాలకు ఛాతీలకు వేరే విలువుండదారా, కేవలం మీ ఆటవస్తువులేనారా అని అరవాలని ఉంది...ఇదే మాట అపుడెందుకు ప్రశ్నించలేకపోయింది.

తెలివి లేక కాదు, మాటలు రాక కాదు. విశ్వాసం లేక.

సమీరా వాళ్ళింట్లో అందరూ దబ్బపండుఛాయే, ఈ పిల్లే కాస్త రంగు తక్కువ.

ఏవిటే నువ్వొక్కదానివే ఇలా మిగతా అందరూ మెరిసిపోతూ ఉంటే...ఇంటా బయటా, అదే పనిగా అదే అవమాకరమైన ఎక్స్‌ప్రెషన్. అదో అవకరం.

స్కూల్లో కుంటి సుబ్బరాజు లాగా, వీధిలో మూగ సత్తెయ్య లాగా తాను రంగు తక్కువ సమీర. అవకరపు ఐడెంటిటీ

ఊర్లో అంటే అది వేరే. ఊరోళ్ళు వేరేగా చూస్తే అది వేరే. కానీ...

ఆలోచనలకు బ్రేక్ వేస్తూ ఫోన్ మళ్ళీ రింగయ్యింది. ఎవరో తెలిసిన వాళ్ళు, మళ్ళీ మాట్లాడొచ్చులే అని రెడ్ బటన్ నొక్క బోతూ యథాలాపంగా

పేరుచూసింది సమీర. రాఘవన్నయ్య. జలజలా రాలాయి కన్నీళ్ళు. జలపాతంలా దుమికింది కన్నీరు.

దు:ఖం, పొగిలి పొగిలి దు:ఖం, పదిహేనేళ్ళకు పైబడి గడ్డ కట్టుకుపోయిన దు:ఖం. ఎవరితో చెప్పుకోవాలో తెలీని దు:ఖం. ఇంత చిన్నదానికే అంత బాధపడాలా అంటారని భయం. ఎవరూ అర్థం చేసుకోరని తెలిసిన దు:ఖం.

తడిసిన కన్నీటితో ఫోన్ అలా మోగుతూనే ఉంది.

* * *

అందరూ అక్కయ్యను ముద్దుచేసి తనను మాత్రం చూసీ చూడనట్టు ఎందుకుంటారో అప్పటికి తెలిసేది కాదు. రెండేళ్లే తేడా. కానీ ట్రీట్మెంట్లో వేల యుగాల అంతరం. స్కూల్లో దానికి ఫాలోయింగ్ ఎక్కువ. తనను పట్టించుకునే వాళ్లు తక్కువ. ఒక వయసు వచ్చాక అక్కకి స్కూల్లో పోకిరీల గొడవ ఎక్కువగా ఉండేది. తనకు మాత్రం అలాంటి గొడవేదీ ఉండేది కాదు. అబ్బాయిల గొడవ లేకపోతే ఎవరైనా సంతోషిస్తారు కానీ నాకు మాత్రం ఏడుపు వచ్చేది. బక్కపల్చటితనం ఎంత శాపమో నాకు మాత్రమే తెలుసు.

ఇంట్లో అక్కది సింహాస్థానం. మరి నాది....ఏమో? ఇంటికెవరైనా వచ్చినా అక్కని పరిచయం చేయడానికుండే ఉత్సాహం, ఆ టోన్ తన దగ్గరకొచ్చే సరికి చల్లబడేవి, ఏదో తేడా. వచ్చినవాళ్ళు కూడా మీ ఇంట్లో ఈపిల్లొక్కతే కాస్త రంగుతక్కువ అనకుండా పోతారా లేదా అని ఎదురుచూసేది. అందరూ తనను డిసప్పాయింట్ చేసేవారే. తల్లిదండ్రి కూడా అలా తేడా చూస్తారా అని ఇపుడు అనిపిస్తుంది కానీ అనుభవిస్తే కానీ తెలీనివి కొన్ని ఉంటాయి.

కొన్ని తేడాలు ప్రస్ఫుటంగా తెలిసి చేయరు. కులం లాగే మతం లాగే రంగు కూడా ఒక భారం. కొన్ని భారాలను అందరమూ తెలిసి కొంత, తెలీక కొంత మోస్తూ ఉంటాము.

చెవుల్లో సీసం పోసినట్టు కొంచెం రంగు తక్కువ అనే మాట వినీ వినీ, అక్కతో పోల్చి మాట్లాడేవాళ్ళ ముఖాలు చూసి చూసి జీవితం మీదే విరక్తి. ఇంటా బయటా అదే పోలిక... భారమై కుంగిపోయాయి మనసు, బుర్ర రెండూనూ. పోలిక శాపం. తానే అవసరానికన్నా ఎక్కువ ఫీలయ్యి ముడుచుకు పోయిందా లేక అందరూ అలా ముడుచుకుపోయేలా చేశారా అనేది అర్థం కాని ప్రశ్న. ఇపుడా ప్రశ్న వేసుకుని వెనక్కు చూసుకుంటే సిల్లీగా అనిపించొచ్చు కానీ అపుడా చిన్న వయస్సులో పదే పదే చిన్నచూపు అనుభవం ఎదురైతే ఎవరైనా తనలాగే డిప్రెషన్లో పడతారేమో!

దీనికేనా డిప్రెషన్, ఇంత మాత్రం దానికే సైక్రియాటిస్ట్ దగ్గరకు పోవాలా, మందులు మింగాలా అనడం తేలిక. అనుభవిస్తే కానీ అర్థం కానివి కొన్ని ఉంటాయని చాలా మందికి తెలీదు. ఒకటా రెండా చిన్నతనం అంతా చేదు అనుభవాల ప్రయాణమే కదా. మనసుకు తగిలిన గాయాలు బుర్రను కూడా పాడు చేశాయి. ఫలితం రెండు సంవత్సరాల డిప్రెషన్. ఎన్నో మందులు, మరెన్నో కౌన్సెలింగ్‌లు.

తన డిప్రెషన్‌కు కారణమైన అనేకానేక ఉదంతాల పరంపరలో...

ది ఫైనల్ నెయిల్ ఆన్ ది కాఫిన్... ఆ రోజు...

* * *

రాఘవన్నయ్య వస్తున్నాడని సంబరం. పెదనాన్న కొడుకు అనే కానీ సొంత అన్న కిందే. తండ్రి పెత్తండ్రి అనుబంధం అలాంటిది మరి. తమ అనుబంధం కూడానూ. వేర్వేరు కుటుంబాలన్న ఎరుక ఎన్నడూ ఉండేది కాదు. అంత దగ్గరి బంధం. ఎజ్డీ బైక్ మీద వస్తాడు. ఎప్పటిలానే ఆ సారి కూడా వచ్చాడు, సింహాచలం ప్రసాదం పట్టుకొని. అన్నయ్య బైక్ అంటే నాకు పిచ్చి. రాగానే బైక్ మీద ఎక్కి తిరగాలని ఆరాటం. అక్కలాగే కాసేపైనా తనను కూడా అటు తిప్పి ఇటు తిప్పి

ముద్దుచేస్తాడేమోని ఆశ.

అడిగితే అవునని చెప్పడు, కాదని చెప్పడు. ఆ...ఆ... అంటూనే రెండు వీధుల కవతల ఉండే వెంకట్రామయ్యగారింట్లో ప్రసాదం ఇచ్చిరమ్మని పంపించాడు. ఇచ్చొస్తే బండి ఎక్కించుకుని తిప్పుతాడేమో అని ఆశ. తిరగొచ్చింది. అన్నయ్య ఇంట్లో కనిపించలేదు. ఎక్కడికెళ్లాడంటే అమ్మ కూడా సూటిగా చెప్పదు. ఇక్కడో ఎక్కడో పోయింటాడు లేవే అంటుంది కానీ.

తలుపుకు తల ఆనించి రోడ్డుకు కళ్ళు అతికించి అలా చూస్తూనే ఉంది. బండి ఎక్కితిరిగితే బాగుంటుంది. బండి హారన్ బాగుంటుంది. రయ్ రయ్ అనే చప్పుడు బాగుంటుంది. అవే అంత బాగుంటే పైనెక్కి తిరిగితే ఎంత బాగుంటుందో. చూస్తూనే ఉంది.

గంట సేపటి తర్వాత బండి సౌండ్. ముందుగా చేతులు పట్టి దించాడు అక్కని. తర్వాత అన్నయ్య. గుండె బద్ధలవ్వడం, ఏడుపు తన్నుకు రావడం, ఉక్రోశం ఉప్పొంగడం లాంటి పదాలన్నీ అంత చిన్నవయస్సులోనే అనుభవంలోకి వచ్చాయి. ఈ ప్రపంచం నా మీద కక్ష కట్టిందని నన్నొక విలువలేని వస్తువుగానే చూస్తుందని అనిపించిన క్షణాలు.

డీప్ రూటెడ్ స్కార్. పైకి కనిపించదు, లోపల చెరిగిపోదు.

మొన్నటి రేస్లో లక్ష్యం దగ్గరలో ఉందనగా గుర్తొచ్చింది అన్నయ్య అక్కను బండి దించుతున్న దృశ్యం. తనను పట్టించుకోకుండా, తాను అందుకోసం ఎదురుచూస్తుందన్న ఎరుక లేకుండా ఇంట్లోకి వెళ్లిన దృశ్యం. ఫలితం మూడ్నెల్లు ఆస్పత్రి. రేస్లో రిథమ్ తప్పితే బండి ఎక్కడో, మనిషెక్కడో. సంగీతానికే కాదు, బైక్ రేస్కు కూడా రిథమ్ ముఖ్యం. లయ తప్పితే ఏదీ చేతిలో ఉండదు.

ఒక నిర్ణయానికొచ్చినదానిలాగా ఫోన్ తీసుకుంది. కన్నీటిని జీన్స్ ప్యాంట్ జేబుకు తుడిచేసింది. ఇందాక వచ్చిన నెంబర్కి కాల్ బ్యాక్ చేసింది.

రాఘవన్నయ్యా, ఈ సక్సెస్ నీదే. ఇది నీకే అంకితం. నీ వల్లే నేను రేసర్

నయ్యా. నీకు గుర్తుందా ఆ రోజు.. ఏదేదో ట్రాన్స్‌లో ఉన్నట్టు మాట్లాడుకుంటూ పోతోంది.

అవతల ఉత్తి నిశ్శబ్దం. ఒకలాంటి షాక్.

తర్వాత అవతల గుక్కపట్టిన శబ్దం.

దు:ఖపు నావ ఈ తీరాన్నుంచి ఆ తీరానికి చేరినట్టు అనిపించింది.

జనవరి 2022

మంచికంటి

రెక్కల గుర్రం ఎక్కాలి

రెక్కల గుర్రం ఎక్కాలి.

"ఓ... ఎన్ని... గుర్రాలో...! ఎటు చూసినా... గుర్రాలే...

కానీ... నాకు... రెక్కల గుర్రం కావాలి. ఇక్కడే ఉంటుందని చెప్పారే!. ఏదీ... ఎక్కడుంది?

ఇది తెల్ల గుర్రం... అది నల్ల గుర్రం...

అది మచ్చల గుర్రం...!"

"ఓహో... దొరికిందోచ్... రెక్కల గుర్రం. హోయ్... హోయ్... ఎంత అందంగా ఉందో! రెక్కలు బలే ముద్దు ముద్దుగా ఉన్నాయి.

ఏయ్... ఏయ్... నన్ను చూసి వెళ్ళి పోతున్నావా! కొంచెం ఆగవా! వెళ్లొద్దు. ప్లీజ్ పరుగెత్తకే... అంత దూరం వెళ్ళి పోయావు. ప్లీజ్... ప్లీజ్... ఆగవా! నన్ను ఆటపట్టిస్తున్నావు. సరే అక్కడే ఉండు వస్తున్నాను.

"హమ్మయ్య ఆగావా! థాంక్యూ. హోయ్ హోయ్ ఎంత బాగుందో! నన్ను ఒక్కసారి ఎక్కనిస్తావా...! ఎక్కనియ్యవా...! తలూపుతున్నావే!"

"ప్లీజ్ కదలొద్దు. ఎక్కుతున్నా! కొంచెం వంగవా... ఆ... అద్గది...

అలాగే కదలకుండా ఉండు. మా మంచి రెక్కల గుర్రం. ఎక్కుతున్నాను. ఆ... హమ్మయ్య... ఎక్కాను".

"ఇంక పద గాల్లో విహరించొద్దాం. హాయ్ ఎంత బాగుందో ఈ చల్లటి గాలి."

"అటు చూడు రంగుల పక్షి భలేగా ఉంది. హాయ్... హాయ్... రామ్మా... రా. దగ్గరగా రా... అబ్బా ఎంత ముద్దొస్తున్నావే! నీ పేరేంది? రా... నువ్వు కూడా గుర్రం మీద కూర్చో. మేము మబ్బుల్లోకి వెళుతున్నాము. నువ్వు కూడా వస్తావా! తల భలేగా ఊపు తున్నావే. అదిగో దూది మబ్బుల్లోకి వచ్చేశాము. అబ్బా ఎంత తెల్లగా ఉందో! ముద్దు పెట్టుకుందామంటే చేతికి దొరకటం లేదే మబ్బు."

"ఇదిగో రెక్కల గుర్రం అటు చూడు. హాయ్... ఇంద్రధనస్సు... ఎలా మెరుస్తుందో! అందుకుందాం పద. హబ్బా... ఎన్ని రంగులో కదా... రా ఇంద్రధనస్సు మీదకు ఎక్కుదాం రంగుల పక్షి. హాయ్ భలేగా ఉంది కదా! ఇట్రా నువ్వు కూడా. ఇటు జరుగు పడిపోతావ్." "ఓహెూ... ఆహా హా... లలలా... లలలా... లలలా... ఇంక చాలు పోదాం పద. కిందకు దిగు రెక్కల గుర్రం. అంత స్పీడు వద్దమ్మా. ఆ... ఇది చాలు. హాయ్ హాయ్ దూసుకు వెళ్తున్నాం. అదిగో అక్కడ కనిపిస్తుంది చూడు ఆ పూల వనంలోనికి పోనీయ్. ఆ... ఇక్కడికే...

కొంచెం వొంగు. కిందకి దిగుతాను. అదీ... వెరీ గుడ్. మా మంచి బుజ్జమ్మవు కదూ. ఉమ్మ... ఎంత ముద్దొస్తున్నావో!

హాయ్ హాయ్. తుమ్మెదలు బలే బలే ఎగురుతున్నాయే! ముఖంపై వాలుతున్నాయే!

రా రంగుల పక్షీ తుమ్మెదలతో ఆడుకుందాం రా. "ఉండండి ఉండండి. ఒక్క నిమిషం ఆగండి. వెల్లకిలా పచ్చి గడ్డి మీద పడుకోనివ్వండి. ఆహా... ఎంత చల్లగా మెత్తగా ఉందో! స్వర్గంలో ఉన్నట్లుగా ఉంది. ఇంక రండి రండి తుమ్మెదలు వాలండి ఆ... హ.. హ... హ. అరెరే చక్కిలిగింతలు పెడుతున్నారు.

ఉండండి. గొడవ పడొద్దు. హాయ్ రెక్కలతో కొట్టుకోవొద్దు." శాంతి... శాంతి... శాంతి. సరే. ఇంక నన్ను లేవనివ్వండి. ఒక్కొక్కరిని రెండు చేతులతో ఎగరేస్తా ఉండండి. ఆగండాగండి తన్నుకోవద్దు. వరుసగా నిలబడండి. ఒక్కొక్కరిని ఎగరేస్తా. ఎగరేస్తే అలా పైకి వెళ్ళిపోవద్దు. మళ్ళీ నేలమీదకి రావాలి. అలా... అదిగో ఆ తుమ్మెది వచ్చింది చూడండి. అలాగన్నమాట. ఆ రండి రండి వరుసగా రండి. ఆ చివర వచ్చేది ఎవరమ్మా. రా రా రా ఆగండి. ఇంక చాల్లే." బై... బై...

"రెక్కల గుర్రం పోదాం పద. అక్కడ చూడు. గుత్తులు గుత్తులు పూలు. మనల్ని పిలుస్తున్నాయి. ఏయ్ పువ్వులు తొక్కొద్దు. అటు చూడు. ఆ పూల గుత్తులు ఎలా ఏడుస్తున్నాయో! పాపం కదూ! ఏడవద్దు. రెక్కల గుర్రాన్ని నేను కొడతాగా. కొట్టాలే. ఇంక తొక్కదులే.

నవ్వండి నవ్వండి పూల గుత్తులారా నవ్వండి..

ఆ... రెక్కల గుర్రం ఇంకెప్పుడైనా తొక్కావా. నీ ఇష్టం ఇంక నేను నీతో పలకను నీతో పచ్చి. వద్దా పచ్చి వద్దా! ఎందుకు అట్లా తలకాయ ఊపుతావు. పచ్చి చెప్పొద్దా. చెప్పనులే. పిచ్చి మొద్దు.. చెప్పనులే పద! చూడు నీకు పూలు అన్నీ ఎలా ముద్దులు పెడుతున్నాయో. ఇంకాపండి పాపం. చక్కిలిగిలి పుట్టి చచ్చిపోతుంది. వెరీ గుడ్ తలలు వంచేశారా ఓ... కే ఓ... కే.

అబ్బా ఎన్ని రంగులు... ఇంకెప్పటికీ ఇక్కడే ఉండిపోతాను. మా అమ్మొచ్చి తీసుకెళ్తుందా! నేను గుబుర్లు చాటున దాక్కుంటాగా!

అవిగో చిలకలు వస్తున్నాయి చూడు చిలకమ్మా. నీ ముక్కేదమ్మా! అబ్బో.. బుంగమూతి పెట్టి బలే చూపిస్తున్నావే. అబ్బో ఎర్రగా బుర్రగా బలే ఉందిలే.

రెక్కల గుర్రం ఆ పచ్చిక మైదానం వైపుగా పోదాం పద అబ్బా చల్లగా పచ్చగా ఎంత బాగుందో! బూట్లు కూడా విప్పేస్తే ఇంకా బాగుంటుంది కదా! ఓహో అరికాళ్ళని ముద్దాడుతున్నాయి గడ్డి తీగలు. భలే భలే హాయి. హాయ్ బలే బలే బలే. అబ్బా ఎప్పటికీ ఇక్కడే ఉండి పోతే ఎంత బాగుంటుందో కదా!

హాయ్ పై నుండి దొర్లుతూ ఉంటే ఆకాశం కూడా గుండ్రంగా తిరుగుతుందే!

రై... రై... ఆ స్టాప్ స్టాప్ ఇంకొకసారి. మరొక్కసారి. మళ్లీ ఇదే లాస్ట్.

హాయ్ బుజ్జి బుజ్జి కుందేళ్ళు ఎంత ముద్దొస్తున్నాయో ఉమ్మా... భలే ఉందే... బుడ్డి మూతి. గడ్డి భలేగా మేస్తున్నాయి. ఏయ్ ఆగు పారిపోతున్నావు. ఆగవా... కుక్కలు వస్తున్నాయా! హే హే హేయ్ తరిమేశాలే. మెడ పట్టుకో కూడదంట కదా! మీ చెవులు పట్టుకోవాలంట కదా! మావయ్య చెప్పాడు. మా ఇంటికి వస్తావా! రావా! తల అడ్డంగా ఊపుతున్నావు. ఇంక చాలు చాలు ఊడిపోయిద్ది.

ఆ చెట్లు చూడు రంగు రంగులు మారుస్తున్నాయి. హాయ్ భలేగా మారి పోతున్నాయే! లావెండర్ కలర్ అంటే ఎంత ఇష్టమో నాకు. ఆ చెట్టు చుట్టూ పూలే పూలు. పూల పాన్పు మీద పడుకుంటే! వద్దులే పాపం పూలు ఏడుస్తాయి.

రెక్కల గుర్రం అటు పద. నిన్నే పద అటువైపుగా నుంచో. ఆ పూలు చూడు పాపం నీ గిట్టల కింద పడి గిలగిల్లాడి పోతున్నాయి. తొక్కవద్దు నిన్నే పద. అటువైపుగా నుంచో పో.

ఓ... ఆ కొలనులో నీళ్లెంత తేటగా ఉన్నాయో! లోపల చేపలన్నీ కనిపిస్తున్నాయి చూడు. రంగురంగుల చేపలు ఈత కొడదాం వస్తావా! జలుబు చేస్తుందా. వద్దా...! పోవోయ్ బోడి. నేను దిగుతున్నాను. అ.. బ్బ... బ్బా జిల్.. జిల్ మంటున్నాయి. నీళ్లలో దిగుతుంటే ఎంత హాయిలే... అలా... అరే.. ఎంత హాయిలే అలా.

చేపలు చేపలూ ఉండండి. అరే చిక్కినట్టే చిక్కి జారుకుంటున్నారు. ఆగు.. ఆగు... ఏయ్ ఆగాగు. ఈ బుజ్జమ్మ నా చేతికి చిక్కింది. ఆ అమ్మమ్మా. నోరు భలే తెరుస్తున్నావే!

అటు చూడు గొల్లభామలు ఎంత వేగంగా తిరుగుతున్నాయో!

అమ్మో పాము ఇటే వస్తుంది నన్నేం చేయవా. అమ్మో అయినా భయమేస్తుంది. ఇంకెళతాలే నేను. బా... బా... య్.

రెక్కల గుర్రం పోదాం పద. ఒంగు నన్నెక్కనివ్వు. ఓకే జంప్. ఎగురు.. ఇంక ఎగురు... ఎక్కడికా! ఆకాశానికి. ఆకాశమంత ఎత్తుకు. ఇంకా.. ఇంకా..

మళ్లీ మేఘాల్లోకి వచ్చాము. పట్టుకుంటే చేతికి రావడం లేదేమిటి మేఘాలు. వర్షం పడుతుంది. హాయ్ వర్షంలో తడుస్తూ ఎంచక్కా ఆడుకోవచ్చు. పద పద పోదాం పద పద. కిందకు పోదాం పద.

ఆ.. ఆ.. ఇక్కడాపు. పిల్లలు కూడా ఉన్నారు. ఇక్కడ చాలా నీళ్ళు కూడా ఉన్నాయి. పడవలు చేసి విసురుదాం వస్తావా. ఎగిరెగిరి అలుపొచ్చిందా. అయితే నువ్వు కూర్చోని అలుపు తీర్చుకో. నేను పిల్లలతో ఆడుకుంటాను. సరేనా అక్కడ ఆ చెట్టు దగ్గరికి పో. పో.. వానకు తడుస్తూ ఉన్నావు.

ఓయ్ పిల్లలు పడవలు చేసుకుందాం రండి. మీకు కూడా వచ్చా. చేయండి అయితే. ఆఆ.. ఆఆ.. భలే వచ్చాయి. రాండి నీళ్ళల్లో వేద్దాం. హాయ్ భలే వెళుతున్నాయి చూడండి. చాలా దూరం వెళ్ళిపోయాయి.

వాళ్లు చూడండి. పిచ్చిక గూళ్ళు కడుతున్నారు. మనం కూడా పోదాం పదండి. ఏమిటి రెక్కల గుర్రం వచ్చావు. ఎక్కువసేపు తడవ కూడదా. తడిస్తే జలుబు చేస్తుందా! అమ్మ కూడా సరిగ్గా ఇలాగే చెబుతుంది. నువ్వా చెట్టు కిందకు పో. నాతో పాటు నువ్వు కూడా తడవడం దేనికి పో ముందు. చెబితే వినవు కదా. సర్లే... పద పోదాం.. ఊ.. ఎక్కాలే పద. సరిగ్గానే కూర్చున్నాను. ఇంక నువ్వు పద.

ఇంటికి పోదామా! అప్పుడే వద్దులే. అటు చూడు. అక్కడ ఏదో గుంపుగా చేరి ఉన్నారు. ఏదో జరుగుతుంది చూద్దాం. హాయ్ గారడి. గారడి... అంటే భలే ఇష్టం నాకు. పద పద పోదాం. అటు చూడు. హాయ్.. కోతి బలే డాన్స్ చేస్తుంది. ఆ.. అబ్బాయి పిల్లి మొగ్గలేస్తున్నాడు. అయ్యో ఆ అమ్మాయి పైకి ఎక్కుతుందేమిటి? తీగ మీద నడుస్తుంది. అరె పడి పోతుందేమో! అమ్మో... అమ్మాయి... జాగ్రత్తమ్మా జాగ్రత్త. అమ్మయ్య ఈ చివరి వరకు వచ్చింది. మళ్ళీ వెనక్కి తిరుగుతుంది. ఎంత తేలికగా నడవగలు గుతుంది. హమ్మయ్య ఇంక దిగుతుందిలే.

అదేంటి? ఆయన గుండెల మీద రాయి పెట్టి పగల గొడుతున్నారు.

అమ్మో... ఇంక నేను చూడలేనమ్మా. ఇవన్నీ ఎలా చేయగలుగుతున్నారు.

అక్కడేమిటి పెద్ద గొయ్యి తీశారు. ఆ గోతిలో మనిషి దిగితే మూసేస్తారా. అంటే జీవ సమాధి చేస్తారా. పాపం చచ్చిపోడూ! గాలెట్టా ఆడుతుంది. మళ్లీ బతికి బయటికి వస్తాడా! అమ్మో... ఇదేం గారడిరా బాబు. నాకు భయమేస్తుంది.

అమ్మో రెక్కల గుర్రం పోదాం పద. ఇవన్నీ ఎలా చేయగలుగుతున్నారు. వాళ్లు మనుషులే కదా!

అంటే మనిషి అనుకుంటే ఏమైనా సాధించవచ్చు అన్నమాట.

దీపూ.. అని పిలుస్తున్నారు. ఎవరు? అమ్మ గొంతులాగుంది. అమ్మ ఇక్కడకు ఎలా వచ్చింది. అమ్మకి ఎవరు చెప్పారు... నేను ఇక్కడ ఉన్నానని.

అమ్మా ఏందమ్మా ఏమిటో చెబుతున్నావు. సరిగ్గా వినపడటం లేదు. వస్తున్నావా నువ్వు. వద్దమ్మా వద్దు నేనే వస్తున్నాను. ఇంటికి వస్తున్నాను.

అమ్మా కలవరిస్తున్నానా! కలవరింతలు ఏంటమ్మా! కలలో ఉన్నానా! ఇప్పటిదాకా ఇదంతా కలా!

అబ్బా... అమ్మా... అమ్మా... కొట్టొద్దమ్మా. మొద్దు నిద్ర పోతున్నానా!

లేవాలా. నిద్ర లేవాలా. ఉండమ్మా లేస్తాను. కొద్దిసేపు పడుకోనియ్యమ్మా.

ఈరోజు ఎగ్జామ్ ఉందా!

ఆదివారం కూడా ఎగ్జామ్ ఏందమ్మా! కళ్ళు తెరిచాలేమ్మా! ఒక్క ఎగ్జామ్ కాదా... చాలా ఎగ్జామ్స్ ఉన్నాయా! ఆదివారం కూడా ఈ ఎగ్జామ్స్ గోలేమిటో! అబ్బా ఆ పుస్తకాల గుట్టలు ఎంత భయపెడుతున్నాయో!

ఎన్ని రోజులు చదివినా తరగవు కదా. ఇంక నా పని అయిపోయినట్టే. చేసేదేముంది. చదవాల్సిందేగా...

("డా. యమ్ వినోదిని వాళ్ళమ్మాయి చదువు గురించి మాట్లాడిన సందర్భంలోని ఊహ)

మార్చ్ 2022

నస్రీన్ ఖాన్

పాన్

“ఖౌనా ఖాలీ క్యా బచ్చీ?” దిగులుగా బిడ్డ గదివైపు చూస్తూ భార్య సమీనాను అడిగాడు అబ్బాస్.

“లేదు” అన్నట్లుగా మౌనంగా తల అడ్డంగా ఊపింది సమీనా.

ఉత్తుంగ కెరటమై ఎగసిపడే కూతురు సంకోచ సముద్రంలో కొట్టుకు పోతున్నదని పదిహేను రోజుల క్రితమే గ్రహించారు ఆ దంపతులు. పొద్దున్నే స్కూలుకు వెళ్లేందుకు తను రెడీ అవుతూనే మధ్యమధ్యలో తమ్ముడినీ హుషారుగా ముస్తాబు చేస్తుంటుంది. యూనిఫాం షర్ట్ బటన్స్ పెడుతూనో, మెడకు టై కడుతూనో తమ్ముడు అప్పజెప్పే రైమ్స్‌లో తప్పులు సరిదిద్దుతుంటుంది.

సమ్రీన్ తమ్ముడిని చూసుకునే తీరు చూస్తూ ముచ్చట పడుతుంటారు సమీనా, అబ్బాస్. వీరితోపాటు ఉండే అబ్బాస్ తల్లి రిజ్వానా బేగం.

నెల రోజులుగా సమ్రీన్ చేసే సందడి తగ్గుతూ వచ్చింది. మొదటి పదిహేను రోజుల్లో పెద్ద మనిషి కావడంతోటి పెద్దరికం అబ్బుతున్నదేమో అనుకున్నారు.

స్కూలు నుంచి ఇంటికి తిరిగి చేరినప్పుడు మరీ తోటకూర కాడలా వాడలిపోయి వస్తున్నది. కళాకాంతులు లేకుండా వేళ్లాడేసుకున్న ముఖంతో, కళ్లు లోపలికి పోయి, నిర్జీవంగా తయారైంది సమ్రీన్.

ఎవరైనా కారణం అడిగితే కండ్ల నుంచి నీరు కారుస్తుంది తప్ప ఒక్క మాటా మాట్లాడదు. అన్నం తినకుండా లోపలికి వెళ్లి మంచంపై వాలిపోతోంది.

ఇప్పుడు ఆ ఇంటిలో మునుపటి సందడి లేదు. మొక్కుబడిగా ఎవరి పనులకు వాళ్లు వెళ్లిపోతున్నారు. తిరిగి వస్తున్నారు. సమ్రీన్‌కు ఉన్నది ఎంతటి బాధైనా తొలగించేయాలని ఉంది అబ్బాస్‌కు.

* * *

"రమ్యను పిలుస్తారా?" ప్రిన్సిపల్ ఎదురుగా కూర్చుని ఉన్న అబ్బాస్ అడిగాడు.

"మీ పాపను కాకుండా రమ్యను పిలుస్తున్నారేంటి?" ఆశ్చర్యంగా అడిగింది ప్రిన్సిపల్. అంతకుముందే సమ్రీన్ గురించి చర్చించుకున్నారు.

"మా పాప ఏమీ చెప్పడంలేదు కదా మ్యామ్. పిల్లల మధ్య ఏమైనా గొడవలు జరిగాయేమో తెలుసుకుందామని చిన్న ప్రయత్నం. సమ్రీన్‌కు రమ్యనే కదా బెస్ట్ ఫ్రెండ్? అందుకే కాసేపు మాట్లాడదామని" వివరించాడు అబ్బాస్.

అర్థమైనట్టుగా తలాడించి టేబుల్‌పై ఉన్న బెల్‌ను మోగించింది ప్రిన్సిపల్.

"ఎయిత్ క్లాస్ ఎ సెక్షన్‌లో ఉన్న రమ్యను పిలూ."

రెండు నిమిషాల్లో వచ్చింది రమ్య. ప్రిన్సిపల్‌కు విష్ చేసి చేతులు కట్టుకుంది. రెండు జడలు మడిచి రిబ్బన్లతో కట్టుకుని ఉంది. యూనిఫాంలో బొమ్మలా కనిపిస్తుంటే ముచ్చటేసింది అబ్బాస్‌కు.

"యెస్ మ్యామ్" అన్నది వినయంగా.

"యూ నో హిమ్?" అబ్బాస్‌ను చూపుతూ అడిగింది ప్రిన్సిపల్.

రమ్య కొద్దిసేపు అబ్బాస్ వంక చూసింది. గుర్తుపట్టేందుకు ప్రయత్నిస్తున్నది కానీ విఫలమైంది.

"మ్యామ్. ఐ థింక్... సా సమ్వేర్. బట్ వేరిటీస్ ఐ డోంట్ రిమెంబర్" అన్నది ఆలోచిస్తూ.

"అమ్మా రమ్యా. నేను సమ్రీన్ వాళ్ల ఫాదర్‌ను" అన్నాడు అబ్బాస్.

ఆశ్చర్యపోయింది రమ్య.

"నాకోసం సమ్రీన్ వాళ్ల డాడీ రావడమేంటీ? ఎందుకొచ్చి ఉంటారు?" టెన్షన్ పడుతున్న రమ్యను గమనించారిద్దరూ.

"డోంట్ వర్రీ. సమ్రీన్ గురించి తెలుసుకుందామని వచ్చారు. నీకేదైనా తెలిస్తే చెప్పు" ప్రిన్సిపల్ మాటలకు కాస్త తమాయించుకుంది.

"హాయ్ అంకుల్. సారీ. మిమ్మల్ని ఒకసారి ఫొటోలోనే చూసాను. అంతే. అందువల్ల గుర్తుపట్టలేకపోయాను" గిల్టీగా అంటున్న రమ్యను చూసి ముస్కు రాయించాడు అబ్బాస్. భయంవల్ల అబద్ధం చెప్పిందని అర్థం చేసుకున్నాడు.

"పర్లేదమ్మా. కొద్దిగా నీతో మాట్లాడదామని స్కూలుకు వచ్చానమ్మా" మృదువుగా రిక్వెస్టింగ్‌గా మాట్లాడాడు అబ్బాస్.

"సమ్రీన్ రోజూ స్కూలుకు వస్తనే ఉందంకుల్" కంగారు పడుతూ చెప్పింది రమ్య.

"అయ్యో! దాని గురించి కాదు. ఈమధ్య సమ్రీన్ బాగా డల్ అయింది గమనించావా?"

"హ్మ్! యెస్ అంకుల్. లంచ్ గూడ సరిగ్గ తినడంలేదు. ఆంటీ తిడతారని మేమంతా షేర్ చేసుకుంటున్నామంకుల్" దిగులుగా చెప్పింది.

"అదే. ఇంట్లో కూడా ఏక్టివ్‌గా ఉండడం లేదు. ఎందుకు అట్లా తయారైందో మాకు అర్థం కావట్లేదు. తను ఏదన్నా ప్రాబ్లెమ్‌లో ఉందా?" అనునయంగా అడిగాడు అబ్బాస్.

"ఏమో అంకుల్. అది సమ్రీన్‌నే అడగండి. నాకు తెలీదు" ఇబ్బంది పడుతూ సమాధానం చెప్పింది.

"సమ్రీన్ చెప్పట్లేదురా. అందుకే నీతో మాట్లాడేందుకు వచ్చాను. ఏం ప్రాబ్లెమ్ ఉంది తనకు? చెప్తే నేను సాల్వ్ చేసేస్తాను? మళ్లీ మీరు హాపీగా ఆడుకోవచ్చు" భరోసా ఇవ్వడానికి ప్రయత్నించాడు.

"అదీ! అదీ! ఏమో నాకు తెలీదంకుల్" చెప్పాలని అనిపించినా చెప్పలేక ఇబ్బందిగా ప్రిన్సిపల్ వైపు చూసింది రమ్య.

వీరి సంభాషణనే గమనిస్తున్న ప్రిన్సిపల్ అబ్బాస్‌ను కొద్దిసేపు బయట కూర్చోవాల్సిందిగా చెప్పింది.

అలాగే అన్నట్లు తలవూపి బయట ఆఫీసు ఆవరణలో కూర్చున్నాడు అబ్బాస్. ప్లే గ్రౌండ్ వైపు దృష్టి సారించాడు. కొద్ది దూరాన బ్రైట్ కలర్స్‌లో డిజైన్ చేసిన బెంచ్ ఒకటి ఆకర్షించింది అతడిని.

ఇంతలోనే ఇంటర్వెల్ బెల్ మోగడంతో గ్రౌండ్ అంతా తూనీగల్లా ఎగిరే పిల్లలతో నిండిపోయింది. కొద్దిసేపటిలోనే ఇంతకుముందు తనను ఆకర్షించిన బెంచ్ పై ఒక పాప కూర్చున్నట్లు గమనించాడు. మిగతా పిల్లలు ఎవరూ ఆ బెంచ్ వైపు వెళ్లకపోవడం ఆశ్చర్యపరిచింది అతడిని. అప్రయత్నంగానే ఆ బెంచ్ వైపుకు అడుగులుపడ్డాయి. బెంచ్ పై కూర్చుని నేల చూపులు చూస్తున్న ఆ పాపను దగ్గరకు వెళ్లాక గుర్తుపట్టాడు. నేలపై పడిన నీడను చూసి తల ఎత్తి ఆశ్చర్యపోయింది ఆ పాప. ఎవరో కాదు సమ్రీన్.

"పప్పా!" తండ్రిని కళ్లు పెద్దవి చేసింది సమ్రీన్.

అబ్బాస్ పలకరింపుగా నవ్వాడు. ఆప్యాయంగా చూశాడు కూతురిని.

"ఏంటి ఇక్కడ? డ్యూటీకి పోలేదా?" అడిగింది అయోమయంగా.

"ఈరోజు లీవ్. నీ ఫీజు పే చేసి పోదామని వచ్చాను. నువ్ కనిపిస్తే ఇటు వచ్చాను." అన్నాడు అసలు విషయం చెప్పకుండా.

"అవునా. అయిపోయిందా మరి?" అడిగింది ఉత్సుకతతో.

"ఇంకా లేదు. కౌంటర్ దగ్గర బిజీ" అంటూ కూతురు పక్కన కూర్చున్నాడు. పసుపు, ఎరుపు రంగుల్లో ఉన్న బెంచ్‌ను చేతితో తాకుతూ...

"బాగుంది కదూ ఈ బెంచ్" అంటూనే ఒక్కతే కూర్చున్న విషయాన్ని అడిగాడు.

సమ్రీన్ ముఖం బేలగా మారింది.

"ఊరికే" అంది.

ఈలోపు బెల్ మోగడంతో తండ్రికి టాటా చెప్పి క్లాసు గది వైపుకు దారి తీసింది.

ఇంతలో అటెండర్ తనవైపు వస్తూండటాన్ని గమనించాడు అబ్బాస్. ఆ వెనుకే ఆఫీసు ప్రాంగణంలో నిలబడి తనవైపే చూస్తున్న ప్రిన్సిపల్ కూడా కనిపించింది. వెంటనే అక్కడి నుంచి లేచి అటెండర్‌కు ఎదురెళ్లాడు.

"మేడమ్ గారు మిమ్మల్ని పిలుస్తున్నారండీ. మీరేంటి సారు ఆ బెంచ్ పైన కూర్చున్నారు?" అడిగాడు అటెండర్.

"ఏదో సరదాగా. ఎందుకు? కూర్చోకూడదా?" నడుచుకుంటూనే అన్నాడు.

"కూర్చోవచ్చు. ఫ్రెండ్‌షిప్ కావాలనుకునే పిల్లలు ఆ బెంచ్ పై కూర్చుంటారు సర్." రొప్పుతూ చెప్పాడు అటెండర్.

"అర్థం కాలేదు."

"ఏం లేదు సార్. తమకు ఫ్రెండ్స్ లేరనుకునే పిల్లలు దానిపై కూర్చుంటారు. వాళ్లతో ఫ్రెండ్‌షిప్ చేయాలనుకునే వాళ్లు అభిరుచులు పంచుకుంటారు. ఇద్దరి భావాలు ఒక్కటే ఉంటే ఫ్రెండ్‌షిప్ కూడా గట్టిగుంటది కదా సార్. జూనియర్లు, సీనియర్లు ఎవరైనా ఫ్రెండ్‌షిప్ చేయొచ్చుసార్. దాని పేరే ఫ్రెండ్‌షిప్ బెంచ్." అని వివరించాడు.

ఈలోగా ప్రిన్సిపల్‌ను చేరుకున్నారిద్దరూ. ప్రిన్సిపల్ తన గదిలోకి దారి తీయగా ఆ వెనుకే అబ్బాస్ నడిచాడు.

"మీ అమ్మాయి దారుణంగా టీజింగ్‌కు గురవుతోంది అబ్బాస్ గారూ. ఈ పక్క స్ట్రీట్‌లోనే మరో స్కూల్ ఉంది. టీజ్ చేస్తున్న అబ్బాయిలు ఆ స్కూల్ వాళ్లేనట. ఆ పిల్లలు అంటున్న మాటలను మీతో చెప్పడానికి ఇబ్బంది పడుతోందట సమ్రీన్. రమ్యకూ అదే ప్రాబ్లెమ్ ఉంది. ఇంట్లో చెప్తే స్కూల్ మానిపిస్తారనే భయంతో చెప్పడంలేదట. మీరు రమ్యాను కలుసుకున్న సంగతి అప్పుడే సమ్రీన్‌కు చెప్పొద్దని చెప్పాను" ఊపిరి పీల్చుకుంటూ తన వీల్ చైర్‌లో కూర్చుంది ప్రిన్సిపల్.

"అవునా" బాధగా అంటూ ఆమెకు ఎదురుగా ఉన్న చైర్‌లో కూర్చున్నాడు.

"మీరు ఇలా రావడంవల్లే విషయం మా దృష్టికి వచ్చింది. థాంక్స్. నేను ఆ స్కూల్ మేనేజ్‌మెంట్‌తో మాట్లాడతాను. మీరిక వర్రీ అవకండి. మీ అమ్మాయికి ధైర్యం చెప్పండి. ఆండ్ మీ ఇంట్లో కూడా కొద్దిగా వాతావరణం మారాలి. అందరూ సపోర్ట్ చేయండి. అమ్మాయి డిప్రెషన్ నుంచి బయటపడుతుంది" చెబుతూ పోతున్న ప్రిన్సిపల్ వైపు చూస్తూ అయోమయంలో ఉండిపోయాడు అబ్బాస్.

"డిప్రెషన్" అనే మాట ఎందుకో ఇబ్బందిగా అనిపించింది అతడికి.

* * *

"అమ్మీ ఏమైనా అని ఉంటుందా సమ్రీన్‌ను?" భార్య ముందు తల్లి పట్ల అనుమానం వ్యక్తం చేశాడు అబ్బాస్.

"ఇంట్లో వాతావరణం మారాలి" అన్న ప్రిన్సిపల్ మాటలు పదేపదే గుర్తు చేసుకుంటున్నాడు. తల్లి తను నమ్ముతున్న అభిప్రాయాలను మనవరాలిపై బలంగా రుద్దడానికి ప్రయత్నిస్తుంటుందని బాగా తెలుసు అబ్బాస్‌కు. అందుకు కారణాలు చాలానే ఉన్నాయి.

సమ్రీన్ పుట్టినప్పటి నుంచే రకరకాల ఆంక్షలు పెడుతుండేది రిజ్వానాబేగం.

ఎప్పుడైనా తమ కూతురికి ఒక చక్కటి ఫ్రాక్‌ను ముచ్చటపడి తీసుకువచ్చినా చిరాకు పడుతుండేది. ఫ్రాక్ కింద పొసగని షల్వార్ తొడగమని గోల చేసేది. సర్దిచెప్పబోయిన కోడలినీ తిట్టిపోసేది. చివరకు కొడుకు తన నిర్ణయం నిక్కచ్చిగా వెల్లడించినప్పుడు చేసేదిలేక లోపల్లోపలే తిట్ల దండకాన్ని వల్లె వేసేది. సమ్రీన్ పెరుగుతున్నా కొద్దీ అటువంటి పాబందీలు ఎక్కువైపోయేవి. ఆఫీసు పనుల ఒత్తిడితో ఇంటికి చేరి, ఆమెకు సర్ది చెప్పే ఓపిక లేక ఈమధ్య చూసీచూడనట్లు ఉండటం ప్రారంభించారు సమీనా, అబ్బాస్‌లు. బహుశా తమ ప్రవర్తనే సమ్రీన్‌లో ఒంటరితనం పెంచిందేమోనని అనుకున్నాడు.

సమ్రీన్ కు బ్యాడ్మింటన్ అంటే చాలా ఇష్టం. అబ్బాస్, సమీనా కూడా ముచ్చటపడ్డారు. స్పోర్ట్స్ అకాడమీలోనూ చేర్పించారు.

మొదటిరోజు కోచింగ్‌కు వెళ్లేందుకు రెడీ అవుతోంది సమ్రీన్. ఆమె డ్రెస్సింగ్ చూసి ఆగ్రహం కట్టలు తెంచుకుంది రిజ్వానాలో.

“మోకాళ్ల దాకా నిక్కరు తొడుక్కుని ఆటాడుతుందా? సిగ్గు లేకపోతే సరి.” ఆమె అంతట ఆమే బుగ్గలు నొక్కుకుంది. కానీ అవతల సమ్రీన్ ఉత్సాహం నీరుగారిపోయింది. ఇంక ఆడను అంటూ తన ఇష్టాన్ని చంపుకుంది. అబ్బాస్, సమీనా ఎంతగానో బతిమాలినప్పటికీ మునుపటి ఇష్టాన్ని కనబర్చలేకపోయింది సమ్రీన్.

మనవరాలిని ఏదో అనడంవల్లే తమతో చెప్పుకోలేకపోయిందని నిర్ధారించుకున్నాడు. అదే విషయం సమీనాకు చెప్పాడు. ఇద్దరిలోనూ అనుమానం ఉందిప్పుడు. అడిగితే ఆమె చెప్పే మాటల ప్రవాహంలో ఎటో కొట్టుకుపోతామనే భయం కూడా ఉంది లోపల.

“ఆడపిల్లను స్వేచ్ఛగా పెంచాలని అనుకున్నా. నేను పడిన బాధలేవీ నా కూతురికి రావొద్దు అనుకున్నా. ఆర్థిక అవసరాలు ఒక్కరినైనా ఇంటి పట్టున ఉండనీయడంలేదే” సమీనా కళ్ల నీళ్లు పెట్టుకుంది.

"ఏం కాదులే. ఒక సమస్య అయితే తెలిసింది. ఈవ్ టీజింగ్ అంటా. స్కూల్ వాళ్లు చూసుకుంటమని చెప్పారు. ఒక్క ప్రాబ్లెమ్‌కే అమ్మాయి అట్ల అవదని అమ్మీ గురించి ఆలోచించాల్సి వస్తుందంతే. అయినా సాల్వ్ అయిపోద్దిలే" ఓదార్చాడు అబ్బాస్.

* * *

"ఏ ఏ సమ్రీన్. ఇయ్యాల పాన్ ఏస్కున్నవా?" సమ్రీన్, రమ్యలవైపు చూస్తూ వెకిలిగా నవ్వుతున్నాడు స్కూలు యూనిఫాంలో ఉన్న అబ్బాయి.

అతడికి రెండు వైపులా ఇద్దరు ముగ్గురు అబ్బాయిలు ఉన్నారు. ఏదో జోక్ వేసినట్లుగా హై ఫై ఇచ్చుకుంటూ పగలబడి నవ్వుతున్నారు అందరూ.

"అరే సాజిద్! కలకత్తా పానేమోరా?" ఇంకొకడన్నాడు.

"రమ్యా! నువ్వెప్పుడమ్మా పాన్ వేస్కునేది?" ఇకిలించాడొకడు.

"అరే అభీ! సమ్రీన్‌కు ఈసారి ఫైర్ పాన్ ఏస్కోమనాలె. మస్త్ ఉంటది మజా" మళ్లీ హై ఫై ఇచ్చుకుని నవ్వుకున్నారు.

వీరి నవ్వుల హోరుకు ముడుచుకుపోయారా ఇద్దరు అమ్మాయిలు. అడుగులు కూడా సరిగా పడటంలేదు. స్కూలుకూ ఇంటికీ పది నిమిషాల నడకదూరమే కావడంతో వ్యాయామం అవుతుందని భావించారు అబ్బాస్, సమీనా. సమ్రీన్ నడుచుకుంటూనే వస్తుందని చెప్పడంతో రమ్య కూడా తల్లిదండ్రులను ఒప్పించింది. కొత్త చిగుళ్లు వేస్తున్న వసంతం ఆ ఇద్దరు ఆడపిల్లలకు చేదు జ్ఞాపకాలను మిగుల్చుతోందని కలలోనైనా ఊహించని అబ్బాస్‌కు గుండెల్లో మెలిపెట్టే బాధ.

"ఇంత చిన్న వయసున్న పిల్లలు కూడా అమ్మాయిలను ఏడిపిస్తూ ఆనందించే సంస్కృతి ఏంటో." అంతరాంతరాల్లో పెల్లుబికిన దుఃఖం మాటను పెదవి దాటనీయడం లేదు.

“నలభై ఐదేళ్ల వయసొచ్చినా “పాన్” అన్నమాట తమలపాకునే కాకుండా ఆడపిల్లల బలహీనతకు సూచికగా నిలుస్తుందని కలలోనైనా ఊహించలేదు” కళ్లల్లో నీటిపొర. కంటిముందు దృశ్యాలను మసకబార్చాయి.

అంతసేపూ ఇకఇకలూ పకపకల్లో మునిగితేలుతున్న మగ పిల్లల గ్యాంగ్‌కు ఒక్కసారిగా షాక్ తగిలినట్లైంది. వారికి అసలు పరిచయమేలేని ఆడవాళ్లు కొందరు అకస్మాత్తుగా తమను గట్టిగా పట్టుకోవడంతో అదిరిపడ్డారు. ఏం జరుగుతుందో అర్థంకాక గావు కేకలు పెట్టడం మొదలు పెట్టారు.

సాధారణంగా వినిపించే కోరస్ పోకిరీగా కాకుండా శృతి తప్పడంతో వెనుదిరిగారు సమ్రీన్, రమ్య.

మహిళలు ఆ అబ్బాయిల చేతులు గట్టిగా పట్టుకుని దూరంగా నిలిపి ఉంచిన రక్షక్ వాహనంవైపు నడిపించారు. ఆ వెనుకే అబ్బాస్ కనిపించడంతో ఆశ్చర్యపోయారిద్దరు. ఇద్దరూ పరుగెత్తుకెళ్లి అబ్బాస్ చేతులను గట్టిగా పట్టుకున్నారు.

నమ్మలేని నిజమేదో జరిగిపోయిందనే ఆశ్చర్యం ఇద్దరిలోనూ కనిపిస్తుండగా అబ్బాస్ ప్రశాంతంగా నవ్వాడు.

“వాళ్లు పోలీసులు. మిమ్మల్ని ఏడిపిస్తున్నారన్న ఒక్కమాట చెప్తే ఎప్పుడో సాల్వ్ అయ్యేది కదా ప్రాబ్లెం” అన్నాడు నవ్వుతూ.

“చాలా భయమేసింది మాకు. థాంక్స్ అంకుల్” కృతజ్ఞతగా చూస్తూ అన్నది రమ్య.

“అవును. నాకు మీ ఇద్దరూ చెప్పలేదు. మీతో నేను మాట్లాడను” అలిగినట్లుగా ముఖం పెట్టాడు అబ్బాస్.

“సారీ పప్పా. నాకు చెప్పడం రాలేదు. అంతే!” అంది ఏడుస్తూ.

ఇద్దరినీ కిరాణా షాపుకు తీసుకువెళ్లి వాటర్ బాటిల్, చాక్లెట్లు కొనిపించాడు. గొంతులు తడుపుకుని తేరుకున్నారిద్దరు.

"నీకు రమ్య బెస్ట్ ఫ్రెండేగా. నువ్వెందుకు ఫ్రెండ్‌షిప్ బెంచ్ పై కూర్చున్నావ్?" సమ్రీన్ ను అడిగాడు.

"మా ఇద్దరిలో ఎవరైనా ఒకరు ఆ బెంచ్ పై రోజూ కూర్చుందామని అనుకున్నాం. ఆ రోజు ప్రిన్సిపల్ మ్యామ్ పిలిస్తే రమ్య వెళ్లింది. నేను కూర్చున్నాను" అంది సమ్రీన్.

"అదే ఎందుకు?" అడిగాడు అబ్బాస్.

"పప్పా. మా సీనియర్స్ అంటే టెంత్ క్లాస్ వాళ్లకు మా ప్రాబ్లెమ్ చెప్పి హెల్ప్ అడగాలనుకున్నాం. నిన్ననే వచ్చింది ఆ ఐడియా" అంది సమ్రీన్ తల దించుకుని.

"హ్మ్! హెల్ప్ అడిగితే తప్పేం కాదు. ముందు నాతో షేర్ చేస్తే హాపీగా ఉండేది కదా. మేమంతా ఎంత బాధపడ్డాం నీ గురించి?" బాధ పడుతూ అన్నాడు అబ్బాస్.

ఈలోపు రమ్య వాళ్ల ఇల్లు వచ్చింది. బై చెప్పి వెళ్లి పోయింది.

"అయినా ఎవరో చేస్తున్న తప్పుకు మీరు ఫీలవడమేంట్రా అసహ్యం కాకపోతే? ఎదురు తిరిగి మాట్లాడలేనంత భయమా నీకు?" కోపంగా అన్నాడు అబ్బాస్. అప్పుడే కొద్దిగా వికసిస్తున్న సమ్రీన్ ముఖం మళ్లీ ముడుచుకుంది.

"కోపమొచ్చిందా?" బతిమాలుతున్నట్లుగా అన్నాడు అబ్బాస్ లిఫ్ట్ బటన్ నొక్కుతూ.

"లేదు" మౌనంగా తల అడ్డంగా వూపింది.

లిఫ్ట్ డోరు తెరుచుకుంది. ఎక్కారు ఇద్దరు.

"ఫోర్త్ ఫ్లోర్" లిఫ్ట్‌లో రికార్డెడ్ వాయిస్ మోగింది. క్షణంలో డోరు తెరుచుంది. బయటపడ్డారిద్దరూ.

డోర్ బెల్ నొక్కిన రెండు క్షణాలకు తెరుచుకుంది తలుపు. ఎదురుగా రిజ్వానా బేగం.

"ఇద్దరూ కలిసే వచ్చారా?" అన్నది నవ్వుకుంటూ, వారిద్దరికీ లోపలికి దారి ఇస్తూ.

అత్తగారి మాటలు వింటూనే పరుగెత్తుకొచ్చింది సమీనా.

"ఏమైంది?" ఆతృతగా అడిగింది.

"ఏముంది? అనుకున్నదే అయింది. ఈ ప్రిన్సిపల్ ఆ స్కూల్ వాళ్లతోటి మాట్లాడితే "స్కూల్ దాటిన తరువాత మనం కల్పించుకునే పనేలేదు"అన్నారట. లాభంలేదని పోలీస్ స్టేషన్ కు వెళ్లి కంప్లైంట్ ఇచ్చాను. అదృష్టం కొద్దీ అక్కడ వుమెన్ పోలీసులు ఉన్నారు. వాళ్లే సివిల్‌గా వచ్చి ఆ పిల్లలను తీసుకెళ్లారు. పేరెంట్స్‌ను పిలిపిస్తారట" వివరించాడు అబ్బాస్.

"ముందు టీ తెస్తాను. ఫ్రెషప్ అయి రండి ఇద్దరూ" అంటూ కిచెన్‌లోకి వెళ్లింది సమీనా.

"ఆ... అనుకుంటూనే ఉన్నా. ఈ పిల్ల ఇట్లాంటి పనులే చేస్తదని. ఇగ పోలీసుల దాకా పోవలిసొచ్చిందన్న మాట" చేతులు ఊపుకుంటూ నస్రీన్ వైపు చూస్తూ వెటకారంగా అంది రిజ్వానా బేగం.

అప్పటికే అణుచుకుని ఉన్న కోపం ఉవ్వెత్తున ఎగసిపడింది నస్రీన్‌లో. ఏడుపు కట్టలు తెంచుకుంది.

"యే బుఢమ్మాయ్చ్ పప్పా. నీకు, అమ్మీకి చెప్పొద్దంటే చెప్పొద్దని నా నోరు మూయించింది. ఇట్లాంటి మాటలు మీతో షేర్ చేసుకోవద్దట కదా?" వెక్కి వెక్కి ఏడుస్తూ రెండు చేతుల్లో ముఖం దాచుకుని కింద కూర్చుండిపోయింది.

అనుమానం నిజమే అయిందన్నట్లుగా చూసాడు అబ్బాస్.

"మాతో చెప్పకూడనివి ఏమీ ఉండవు బేటా..?" కూతురు వెన్ను నిమురుతూ ఓదార్చాడు.

"ఆడపిల్లనైనా మీరిద్దరూ నన్ను తప్పక భరిస్తున్నారట కదా? ఖర్చులు ఎక్కువైపోతున్నా నన్ను స్కూల్ మానేయమని చెప్పలేకపోతున్నారట" వెక్కిళ్లతో

పూర్తిగా చెప్పలేకపోతోంది.

“అబ్బాయిలు గలీజ్ కామెంట్స్ చేస్తున్నరని మొదటి రోజే దాదమ్మీకి చెప్పాను” అంది వెక్కుతూనే.

“మరి?” ఆశ్చర్యంగా కనుబొమ్మలు ఎగరేశాడు.

“నువ్వు బయట తిరుగుతుంటే పోరగాళ్లు చూడక ఏంచేస్తారు? అనక ఏం చేస్తారు?” అన్నది. ఇంకా కొనసాగిస్తూ...

“పెద్ద మనిషివైనవ్. ఇప్పుడు ఆ అబ్బాయిలు చెప్పే పాన్ మాట మీ పప్పా తోటి చెప్పకు. పరువు పోతుంది” అని చెప్పింది.

“నాతోటైనా చెప్పలేదెందుకు?” అడిగింది సమీనా.

“దాదీమానే చెప్పొద్దన్నది. చెప్తే సూసైడ్ చేసుకుంటావు అని చెప్పింది అమ్మీ” ఏడుస్తూ తల్లిని హత్తుకుంది సమ్రీన్.

“ఇంకా పూర్తిగా రెక్కలు విప్పుకోని ఈ గువ్వపిల్లతో ఇటువంటి మాటలు ఎట్లా మాట్లాడగలిగింది” ఆలోచిస్తూ కూతురు వీపు మృదువుగా నిమరసాగింది.

“అసలు ఆ రోజే నేను స్కూలుకు వెళ్లి ఉంటే నన్ను ఇంత గలీజుగా మాటలనేవాళ్లా?” ఏడుస్తూనే తల్లిని ప్రశ్నించింది.

ఆరోజు అంటే సమ్రీన్ పుష్పవతి అయిన రోజు. మూడు నెలల క్రితం నాటి మాట.

* * *

“నై జానా బోర్లీనా మై. జావ్. కప్డే బద్లో.”

అప్పటికే ఎన్నోసార్లు చెప్పీచెప్పీ విసిగిపోయిన రిజ్వానాబేగం మనవరాలు సమ్రీన్ ను కసిరికొట్టింది. స్కూలుకు పోయేందుకు రెడీ అయిపోయింది. అసలే ఈ రోజు టెస్ట్ ఉంది. బాగా ప్రిపేర్ అయి ఉంది. టెస్ట్ తప్పించుకుంటానికే రాలేదని దోస్తులు వెక్కిరిస్తారని, సైన్స్ సర్ తిడతారని భయపడుతున్నది.

"అమ్మీకు ఫోన్ కర్నేకి జరూరత్ నైహేమా. ఐసే టైమ్ పే బాహెర్ నై జాతె. రస్మొనాలు అన్నీ నేను చేసేస్తా" రిజ్వానాబేగం చాలా చాలా మామూలుగానే చెప్తున్నది. ఇంటి చుట్టుపక్కల ఉన్న ఆడోళ్లను పిలవాలని ఉత్సాహపడుతున్నది. ఆఫీసుకు వెళ్లిన కోడల్ని డిస్టర్బ్ చేయొద్దని సమ్రీన్ ను పదే పదే హెచ్చరిస్తున్నది.

"అమ్మీ అయినా ఫోన్ చేస్తే బాగుండు?" ఏడుపు తన్నుకొస్తున్నది సమ్రీన్‌కు.

తమ్ముడితోపాటు స్కూలుకు బయలుదేరే సమ్రీన్ అనుకోకుండా దాదీమా చేతుల్లో పడినందుకు కడుపులో గుబులు గుబులుగానే ఉన్నది. రివాజ్ పేరుతోటి దాదీమా తీర్చుకునే సరదాలు ఊహతెలిసినప్పటి నుంచీ బెదరగొడ్తూనే ఉన్నయ్ సమ్రీన్‌ను.

"కడుపులో తిప్పుతున్నది" అని చెప్పింది అంతే.

తొడుక్కున్న స్కూల్ యూనిఫాం చెక్ చేసి బాత్ రూమ్ ముందు బాల్కనీలోనే కూర్చోబెట్టింది. అప్పటికే అమ్మీ పప్పా డ్యూటీలకు వెళ్లిపోవడంతో దాదీమాకు చూపక తప్పలేదు సమ్రీన్‌కు.

"మా సర్ అడిగితే ఏమని చెప్పాలి? నువ్వే లెటర్ రాసి సంతకం చేయాలి చూడు." ఏడుస్తూనే దాదీమా ఇచ్చిన డ్రెస్, టవల్ తీసుకొని బాత్ రూమ్‌లోకి వెళ్లబోయింది.

"ఆ అడుగుతడులే! ఆయనకు అర్థమైతది. నువ్వేం ఫికర్ చేయకు. ఈ లోపు నేను ఆ సరితాంటీకి విషయం చెప్పి వస్తాను. అరగంటలో మొదలు పెడదాం." తాను చెప్పినట్లు వింటుందని భరోసా వచ్చింది ఆ దాదీమాకు. కొద్దిగా నెమ్మదైంది ఆమె స్వరం. ముద్దుగా చూసింది మనవరాలిని.

"ఎవ్వరికీ వద్దు దాదీమా. సరితాంటీ కొడుకు కంతిరోడు. సెకండ్ ఫ్లోర్ మంజూ ఆంటీ బిడ్డ ఉంది కదా. ప్రణీత దీదీ. ఆమెను పెద్ద మనిషైంది. దావత్ కూడ చేస్కున్నదని ఎన్నిసార్లన్నాడో తెలుసా? మా బ్యాచ్‌ల ఉన్న అందరినీ బాగా మజాఖ్ చేసిండు వాడు. పాపం దీదీ. ఏడ్చుకుంటూ వెళ్లింది. ఎవ్వరికీ

చెప్పకు. పప్పాకు ఫోన్ చేస్తాను మొబైల్ ఇచ్చిపో." దిగులు మేఘాలు కమ్ముకున్నయ్ సమ్రీన్ ముఖంలో.

"ఆ! వాడి మొహం. రెండు మొట్టికాయలేస్తే నోరు మూసుకుంటాడెదవ. అవునూ మంజూ ఆంటీ ఇంట్లోనే ఉంటుందా? డ్యూటీకి పోతుందా ఈ టైంలో? వాళ్ల అమ్మీకి చెప్తాలే కొడుకుకు చెప్పొద్దని."

మనవరాలి భయాలేవీ ఆ నానమ్మకు పట్టడంలేదు. అందరినీ పిలిచి చిన్నపాటి తంతు ఏదైనా చేయాలని ముచ్చట పడింది. కొడుక్కో, కోడలికో ఫోన్ చేస్తే తన ముచ్చట మీద కుండెడు నీళ్లు చల్లినా చల్లుతారని గట్టి నమ్మకం. అందుకే మనవరాలికి ఫోన్ ఇచ్చేందుకు ఇష్టపడలేదు. వాళ్లిద్దరు కూడా తనకు ఫోన్ చేయకపోతేనే మంచిదని లోపల్లోపటే అల్లాకు దువా కూడా చేసుకుంటున్నది.

"రజియాంటీ అయినా బాల్కనీలోకి వస్తే బాగుండు. అమ్మీకి ఫోన్ చేయమని ఇషారాలతోనైనా చెప్పేది" అనుకుంటూ అవతలి వైపున్న అపార్ట్‌మెంట్ బాల్కనీవైపు చూసింది. ఎవ్వరూ కనబడలేదు. నిస్సహాయంగా దాదీమావైపు చూసింది.

"నువ్వు వాళ్లకు చెప్పడమెందుకసలు? మళ్లీ ఇంకొకళ్లకు చెప్పొద్దనడమెందుకు? ఎవ్వరింటికీ వద్దు. నేను డ్రెస్ మార్చుకుని వస్తా ఉండు." అనుకుంటూ బాత్ రూమ్ తలుపు వేసుకుంది.

సాయంత్రం ఇంటికి చేరుకున్న తరువాతే విషయం తెలిసింది సమీనాకు. అత్తగారి చేష్టలకు నిశ్చేష్టురాలైంది.

ఎవ్వరూ ముట్టుకోకుండా సమ్రీన్‌ను వేరు చేయడం సమీనాకు ఎంత మాత్రం ఇష్టంలేదు. ఫోన్ కాల్ దూరంలో ఉన్న తనకు చెప్పకుండా అత్తగారు రస్మానా పేరిట సమ్రీన్ ను భయపెట్టడం ఏమాత్రం నచ్చలేదు. సమ్రీన్ ఒంటిపై పూసి ఉన్న పసుపూ, నూనెల మిశ్రమాన్ని కడిగేయమని కూతురికి చెప్పింది.

"నేను చేసిన రస్మానాను కాదంటావా?" పంతం చేరింది రిజ్వానాగళంలో.

"అమ్మీ. ఇట్లాంటివి మంచి తరీఖాలు కావు. పిల్లల మనసును దెబ్బ తీస్తాయి.

షాదీ టైంకి ఇంతకంటే మంచిగా చేద్దాం" అత్తగారు చిన్నబుచ్చుకోకుండా అర్థం చేసుకోవాలని తాపత్రయపడుతున్నది సమీనా.

"ఏదేమైనా పదకొండు రోజుల తరువాతే అమ్మాయి బయటకు రావాలి. ముందుగా వచ్చిందో నాకు విలువ లేని చోట నేను అస్సలు నిలవను" వార్నింగ్ ఇచ్చేసింది రిజ్వానా బేగం.

తరువాత ఇంటికి చేరిన అబ్బాస్ కూడా తల్లి మాటలకు చిరాకు పడ్డాడు కానీ ఆమె వార్నింగ్‌కు జడిసి నోరు మూసుకున్నాడు.

అలా సమ్రీన్ పదకొండు రోజుల తరువాత స్కూలు వెళ్లడంతో అందరికీ విషయం అర్థమైంది. ఇష్టంలేని ప్రహసనానికి తలొగ్గి బాధపడుతున్న సమ్రీన్‌కు అంతకు మునుపు రోజూ ఆమెను ఫాలో చేసే అబ్బాయిల కామెంట్లు మరింత కుంగదీయడం మొదలుపెట్టాయని అర్థమైంది సమీనాకు.

* * *

"అమ్మీ! నాకు ఎగ్ దోశ." ఇంట్లోకి అడుగు పెడుతూనే గట్టిగా కేకేసింది సమ్రీన్. బ్యాడ్మింటన్ కిట్ ను పక్కన పెట్టి, షూ విప్పి స్నానానికి పరిగెత్తింది.

"ఓకే." నాలుగు లంచ్ బాక్సులు సర్దుతూ అంది సమీనా కిచెన్ లో నుంచే.

"సమ్రీన్. నీ యూనిఫాం ఐరన్ అయిపోయింది." దోశ తింటున్న సమ్రీన్‌కు చెబుతూ డ్యూటీకి వెళ్లేందుకు రెడీ అయిపోయాడు అబ్బాస్.

"థాంక్యూ పప్పా" చెప్పింది సమ్రీన్.

"ఎయిట్ ఫై జా ఫార్టీ ఫైవ్" దోశ తింటూనే తమ్ముడు అప్పజెప్పే ఎక్కాలు శ్రద్ధగా వింటున్నది సమ్రీన్.

"ఫార్టీ" సరిజేసింది.

దాదీమా నోట్ బుక్, పెన్‌తో వచ్చింది సమ్రీన్ దగ్గరకు. వాటిని సమ్రీన్ చేతిలో పెట్టింది.

దాదీమా రాసిన ఏబీసీడీలు చూడగానే పెదవులు వికసించాయి. అన్నీ బాగానే రాసాననే ధీమా దాదీమాలో కనిపిస్తుంటే నవ్వు ఆపుకోవడం కష్టం అవుతోంది సమ్రీన్‌కు.

“బీ అంటే నిలువు గీతకు కుడి పక్కన సున్నాలు ఒకదానిమీద ఒకటి అతికించి రాయాలి. అయ్యో సీ కూడా ఉల్టా రాసావే.” దిద్దుకుంటూ అన్నది సమ్రీన్.

“ఈసారి బాగా నేర్చుకుంటా. కాస్త నా చేతికి సరిపడేటట్లు పెద్ద పెద్దగా రాయి. నువ్వు వచ్చేదాకా దిద్దుతుంటాను” అంది దాదీమా గోముగా.

డిసెంబర్ 2021

చిలుకూరి రామ ఉమామహేశ్వర శర్మ

ఎదుగు

తాతా ఆ స్విమ్మింగ్ గర్ల్స్ ఫోటోస్ చూపించవా - నా చెవిలో నెమ్మదిగా చంటిగాడు.

అర్థంకాలేదో నిముషం. వీడన్నదేమిటి.

తాతా ఆఫ్రికా ట్రిప్ వెళ్తున్నాంరా నేనూ అమ్మమ్మా అన్నప్పుడు నేనూ వస్తానని వాడంటే, వద్దురా నువ్వింకా చిన్నపిల్లాడివి కదా, నీకు ఫోటోలు చూపించనా అంటూ సెరెంగిటీ, జాంజిబార్ ఫోటోలు చూపిస్తూంటే జంతువుల్ని, సముద్రాన్ని నాకొదిలేసి బీచ్‌లో ఖర్మకాలి ప్రత్యక్షమైన నలుగురమ్మాయిల ఫోటోని నేను ప్రయాసపడి అధిగమించేసినా పట్టుకొన్నాడు - నాలుగేళ్ళ కుర్రకుంక.

వీడి నాన్న - ముప్పై ఏళ్ళకిందట - కొత్తగా కొన్న కలర్ టీవీలో అప్పుడప్పుడే వస్తున్న ఓ మొబైల్‌ఫోనుకి యాడొచ్చేది - ఓ అందమైన అమ్మాయి సూటూబూటూ వేసుకున్న ఓ పెద్దాయనకి 'వన్ బ్లాక్ కాఫీ ప్లీజ్' ఆర్డరిస్తుంది - స్టీవర్డ్ అనుకొని. ఓ రోజు సాయంత్రం వాడితో గ్రౌండ్‌కెళ్తూ ఎదురైన ఓ చిన్న పిల్లని నేను అత్యుత్సాహంతో హాయ్ అంటూంటే - అను అను నాన్నా - నీకెప్పుడో

వన్ బ్లాక్ కాఫీ ప్లీజే అనేవాడు వాడు.

వాడి కామెంట్‌కి ఏడవాలా, పక్కవాడెవడైనా విన్నాడా, వీడితోలో అరంగుళం తీసెయ్యాలా, అసలు వీడికింత టీవీ పరిజ్ఞానం ఇంత కట్టడిలో కూడా ఎలా వచ్చిందా అని కుట్రదారుల్ని లిస్టవుట్ చెయ్యాలా – పిసుక్కుచచ్చాన్నేను.

ఒరేయ్ తాతా ఇంగ్లీషు నేర్చుకోవాల్రా, నీలా మాట్లాడాల్రా అంటే 'తాతా రీడ్ ఎ లాట్, రైట్ ఎ లాట్... అండ్.. వాచ్ పెప్పాపిగ్' అన్న ఘనత వీడిది – 'ఓకే గూగుల్' అని ఆపి 'ఇంగ్లీషులో ఏం అనాలి' అని నన్నడిగిన కుంక.

పండక్కొచ్చిన వాడికి గేటు దగ్గిరకి ఎదురెళ్ళినప్పుడు తాతా ఆచ్చినుండి అచ్చేసినా అన్నా. టబ్బూగిబ్బూ లేదు రెండు చెంబులు పోసుకొస్తా అన్నా – వాడి స్టైలే వేరు. బుడిబుడి అడుగులతో చిరుచిరు నవ్వుతో వాడొస్తోంటే యావత్పిత్రుగుణం ముంగిట్లో తారాడుతుంది – బుల్లిబొజ్జ నిమురుకుంటూ ముందీ బాలగణపతి.

ఎత్తుకోమని చేతులు జాపుతాడు వాడు – సుతిమెత్తని బిడ్డడు కందిపోతాడేమోనని భయపడుతూనే నాకూ వాడికీ అడ్డున్న డైపర్ని లాగిపడేసినప్పుడు పుడమిపైనుంచి ప్లాస్టిక్‌ని పూర్తిగా తుడిచిపెట్టేసిన ఆనందం.

వాడి బుగ్గసొట్టలు బాలచంద్రుడి మీద మనిషి తొలిగురుతులు. తన్మయత్వంలో వాడిని భుజాన్నెత్తుకున్న నేను తెరచించుకొచ్చిన బాహుబలిని.

నిన్ను మిస్సవుతున్నాను కన్నయ్యా అని వాళ్ళ నాయనమ్మ అన్నప్పుడు నేను కూడా నానీ అనే వాడి చిలిపికళ్ళు వెన్నెల లోగిళ్ళు.

కళ్ళజోళ్ళ షాపులో ప్రతీ అద్దంలోంచీ నాకు గీతోపదేశం చేసే చిన్నికృష్ణుడువాడు. అద్దాల స్తంభాల్ని చీల్చుకొచ్చి నాలో హిరణ్యకశిపుణ్ణి చీల్చిచెండాడే బాలనర్సింహుడూ వాడే. తెరవెనక ప్రపంచానికి వాడే 'బెద్ద అద్దం'.

గోదాట్లో చేపలు పడుతున్నట్టు నటిస్తున్న వాడికి కూర్చోరా అంటూ నేవేసిన రాయి అహల్య అయినట్టు కల.

ఆ గొర్రెలు ఎన్నిరా తాతా అంటే నాలుగు అని, నాకర్థం కాలేదేమోనని ఫోలు అంటూ నాలుగువేళ్ళూ చూపించిన వాడికి, తూనీగల్ని బూగలంటారని

నాకు భాషోపదేశం చేసిన వాడికి నేను చెప్పేదేముంది – వాడు ఓ కాళోజీ.

వాడు చిరుచినుక్కి చెయ్యి జాపుతాడు, చందమామలకి అర్రులు చాస్తాడు, కుక్క వంకరతోక వాడికెప్పుడూ సవాలే, అమ్మవడి వాడి బ్రహ్మలోకం, నాన్నమాట వేదవాక్కు, అమ్మమ్మే వాడి ప్రియనేస్తం.

చిట్టీచిలకమ్మ వాడే, ఉగ్రంవీరం మహావిష్ణుం వాడే, డేమ్ తు కుసీతా వాడే. విశ్వసారస్వతంలో బుజ్జి బృహస్పతి వాడు, చిన్ని చాణుక్యుడు, బుల్లికలాం, బాలయేసూ వాడే.

ఇంతెందుకు – మన తరాన్ని వైతరిణిని దాటించే గోమాతవాడు. నే వెతుకుతున్న కథితకి తొలిపదం, తుదిపాదం వాడే – వాడో పుంభావ సరస్వతి.

ఎప్పుడో ఎక్కడో అంతా చదివేసి, అన్నీ తిరగేసి, సర్వం తిరిగేసి, డబ్బుని ఎడాపెడా దున్నేసి కాలుమీద కాలేసుక్కూర్చోడం కన్నా, ఆ కాలేదో ఇప్పుడే ఇక్కడే వేసేసుకున్న నిత్యనూతన పథికుడు వాడు – వాడి వాడి వాడికి తెలుసు, వాడి నేత్రం గమ్యలీనం – సర్వదా మనం స్వప్నించే స్థితప్రజ్ఞుడు వాడే – మనీషి.

అయ్యిందా – వాడికిప్పుడు పదిహేను నిండి పదహారు – పదీ పన్నెండూ అవలీలగా దాటాక.

అడుగోవాడు – నడిచొచ్చే నిండుకుండ, నూతన గ్రహప్రవేశానికి నడుంకట్టిన వ్యూహగామి, రెండు తరాల అనుభవం భూతవర్తమానాల్ని మథిస్తే తేలిన రాటువెన్న, పదో పరకో చెలియల భవిష్య ప్రేమమాలి, దివి భవితకి ప్రకృతి సోపానం.

వాడు నలుపు, వాడు తెలుపు, పచ్చని పసుపు, వాడు పొడుగు, వాడు పొట్టి; తెలుగు వాడిది, ఆంగ్లేయుడు, అంటార్కిటికుడూ వాడే – హిమాలయుడు.

వాడికి నేనేం చెప్పగలను కనుక.

నేనంటే మనం.

వాడంటే వాళ్ళందరూ – కదం తొక్కుతున్న వాడి సేన; మీ మూక.

చేద్దామనుకొన్నా మనమేం చెయ్యగలం –

మహాఅయితే ఇది చెయ్యి, ఇదే బావుంటుంది, నీమేదేం రుద్దటం లేదు, నీ మంచికే అంటూ మనకి కావల్సింది, మనకి నచ్చినవి - మన మంచిని - కథలుగా రాయగలం, కవితలల్లగలం, కబుర్లు చెప్పగలం, మన పేరాశ వాసాలకి డాలర్ల ఉట్లు కట్టి ఎగిరికొట్టించే ప్రయత్నం చెయ్యగలం.

వాడికి తెలుసు - పరిగెత్తి పాలు తాగడం కంటే నిలబడి నీళ్ళు తాగడం, వాటిలో ఓ గుక్కతో పక్కవాడి దాహం తీర్చడం మేలని - వాడి తొలిగురువులు నానమ్మ తాతలు.

వాడికింకేం కావాలి!

కావాలి - భారతదేశం నా మాతృభూమి కావాలి, ఎవ్వనిచే జనించు జగమెవ్వని లోపలనుండు లీనమై కావాలి, వియ్ ది పీపుల్ ఆఫ్ ఇండియా కావాలి, ముసుగు తొలిగిన మానవ చరిత్ర కావాలి, మరుగుబడ్డ బాల్‌బాడ్‌మింటన్ కావాలి, వైకుంఠపాళి కావాలి. మట్టికావాలి, బురద కావాలి, కుమ్మరికొలిమి, కమ్మరిసారె, చేనేతమగ్గం తెలియాలి వాడికి, ఫస్ట్ కజినని కాదు - మా మేనత్త కూతురనో, పెదనాన్న కొడుకనో తెలియాలి, నిద్రపోతున్న చెరువుని మూడో ఆరో గంతులేసే బెచ్చాతో తట్టిలేపాలి వాడు, నెగడి తెలియాలి - దాని నులివెచ్చని వేడి తెలియాలి, ఇరుగుపొరుగులు, గుళ్ళు - వాటిమీద ఒకదాని నుంచి ఇంకోదానికెగిరే కాకులు తెలియాలి వాడికి. ఉగాది పచ్చడి తినాలివాడు, జమ్మికొట్టాలి, హరిదాసుల్తో కలిసి పాడాలివాడు. ఆడాలి, పాడాలి... ఆడుకుంటూ ఉండాలి, పాడుకుంటూ ఉండాలి... ఆడాలి... పాడాలి... ఎదగాలి...

వాళ్ళమ్మ ఆన్‌లైన్ క్లాసు లీలగా వినబడుతోంది -

ప్లీజ్ డోన్ట్ కరెక్ట్ యువర్ చైల్డ్స్ లాంగ్వేజ్ లెస్ట్ హి షుడ్ లూజ్ హిజ్ ఐడెంటిటీ. ఎవ్రీవన్ హేజ్ ఏన్ ఐడెంటిటీ అండ్ ఈజ్ యూనిక్ ఇన్ దిస్ వరల్డ్...'

పాకుడుమెట్లు - జారిపోతున్నా తాతా... అందుకే ఎడ్జ్ మీద ఉన్నా - ఒలింపిక్ విమెన్ స్విమ్మర్స్‌ని చూస్తూ చంటిగాడు... మగత నిద్దట్లో నేను.

అక్టోబర్ 2022

సత్య భాస్కర్

క్రైసిస్ మేనేజ్మెంట్

గేటుకు రెండు వైపులా అరటిచెట్లు... చిన్న చిన్న గెలలతో. గేటుపైన పచ్చని మామిడాకుల తోరణాలు... గేటు నుండి స్టేజీ దాకా పరిచిన ఎర్రని కార్పెట్. దారికి ఇరువైపులా రంగురంగుల ముగ్గులు. అక్కడ వేసిన షామియానా పైనంతా రంగుకాగితాల డెకరేషన్‌తో బడంతా కళకళ్ళాడిపోతోంది.

పాఠశాల ఆఖరి గంట కొట్టేసి చాలమంది పిల్లలు ఇళ్లకు వెళ్ళిపోయినా, కొద్దిమంది పిల్లలూ, టీచర్స్, పనిచేస్తున్న వాళ్ళతో ఆ ఆవరణంతా ఇంకా కోలాహలంగానే ఉంది. పొలం పనుల నుంచి ఇంటికి వెళుతున్నవాళ్ళు ఆగి విషయం ఏమిటో కనుక్కుంటూ ముందుకు వెళుతున్నారు. ఓ పెద్దాయన ఆగి ఆ డెకరేషన్ని తేరిపారా చూస్తూ గేట్‌లోంచి వస్తున్న టీచరమ్మని చూసి "టీచర్ గారూ! ఏటండి ఈ అడావిడి? సొతంతర దినంకాదు కదండీ ఇప్పుడు!" అని అడిగాడు అనుమానంగా.

"కాదు రాయుడుగారూ! స్వాతంత్రం వచ్చిన యిన్నేళ్ళకి మన ఊరి బడికి టాయిలెట్స్ వచ్చాయండి. వాటినిప్రారంభించడానికి రేపు

మంత్రిగారు వస్తున్నారు" అన్నారామె. పిండిమర నుంచి వస్తున్న సైకిల్ కొట్టు సత్తిబాబు "టీచర్ గారూ! మన ఎమ్మెల్యే గారేమైనా ఈ ఏంపు ఒచ్చేరాండి? మన పెసిడెంట్ గారు ఆరితో సెప్పి ఇల్ల పట్టా ఇప్పిత్తానన్నారండి. ఓ పాలి గేపకం సేద్దారని" అన్నాడు. అప్పటికే టీచర్ ముందుకు వెళ్ళిపోవటంతో సత్తిబాబు అడిగిన దానికి జవాబు రాలేదు.

సత్తిబాబు మెల్లగా బడి లోపలికి వెళ్ళబోయాడు.

"ఆగాగు. అయన్నీ తొక్కకు... అయినా ఇప్పుడేం పనిరా నీకు?" గ్రామ నౌఖరు కాశీ విసుగ్గా అడిగాడు. "ఎమ్మెల్యేగారు..." అని అతని మాటలు పూర్తి కాకముందే "ఎమ్మెల్యే గారు ఉప్పుడు దాకా ఉండి ఉప్పుడే ఏదో అర్జెంటు పనిబడిందని, పెసిడెంట్ గారికి, ఎడ్మాస్టారికి ఏర్పాట్లలో ఏ లోటూ రాకూడదని మరీ మరీ ఎచ్చరించి ఎల్లారు. నువ్విప్పుడు ఆ ముగ్గులు తొక్కుకుంటూ ఎల్లటం కుదరదు కానీ రోపు ఒచ్చెయ్. మీటింగ్ కాడ మాటాడొచ్చు" అన్నాడు.

"హలో... వన్... టూ... త్రీ... మైక్ టెస్టింగ్..." అని వినిపిస్తుంటే సత్తిబాబు వెనకెనక్కి చూస్తూ వెళుతుంటే "ఏటన్నయ్యా! బళ్ళోకొచ్చావు? మీ మేనల్లుడి కోసమా? మీ వోడు ఇప్పుడు దాకా ఇక్కడే ఉండి ఆ రంగుకాగితాలన్నీ కత్తిరించి కట్టాడు. ఇప్పుడు ఎటు ఎల్లాడో ఏమో!" అంది మధ్యాహ్న భోజన పథకం వంటలు చేసే కుమారి. "సర్లే కుమారీ! ఎల్తానే అయితే మరి" అంటూ సత్తిబాబు ఇంటికి బయలుదేరాడు తనలో తానే గొణుక్కుంటూ.

టైము దాదాపు పదీ పదిన్నరవుతుంది. ముగ్గులు పెట్టటం పూర్తిచేసి నడుము సవరించుకుంటూ,పెట్టినముగ్గుల్ని మురిపెంగా చూసుకొంటూ "రేపు మంత్రిగారు వొచ్చీ దాకా ఒక సుక్క గానీ, ఒక్క గీత గానీ సెరగడానికి ఈల్లేదు." చేతుల్ని చీర కొంగుకి తుడుచుకొంటూ కాశీకి ఆర్డర్ జారీ చేసింది కుమారి.

"అలాగేలే కుమారీ. కాత్త అన్నం తినీసి ఎల్లు" అన్నాడు కాశీ.

"ఇంటికెల్లాలి కాశీ. ఎప్పుడనగా వచ్చేననుకున్నావ్? పిల్లలు, మా ఆయన ఏంతిన్నారో... ఏమో?" అంది కుమారి.

"నువ్వు తినీసి ఆల్లకూ అట్టుకుపో. అయినా మద్దేన్నం కాడ్నించి కడిగి ముగ్గులెడతానే ఉన్నావు. నడువడిపోయుంటది." అన్నాడు కాశీ.

"పర్లేదులే కాశీ! ముగ్గులు.. అయ్యా జాగర్తగా చూసుకో. పెసిడెంటు గారు ఇప్పుడు దాకా ఉండి అన్నీ దగ్గరుండి సూసుకుంటున్నారంటే ఈ మీటింగ్ చాలా ముక్యం అయ్యుంటది" అంది కుమారి.

"అవునవును. అయినా పనులన్నీ అయిపోయినట్టే. సామానంతా ఒచ్చీసింది. ఇంక ఆ కొత్త బయలు దొడ్డి గుమ్మానికి రంగు కాయింతాలు అంటించి, మంత్రిగారు కత్తిరించడానికి రిబ్బను కడతవే! అంతే!" అన్నాడు కాశీ.

కుమారి రెండు అడుగులు వేసిందో లేదో టాయిలెట్ సముదాయం దగ్గర నుంచి దాదాపు పరిగెడుతున్నట్టు డ్రిల్ మాస్టారు రావడం చూసి పక్కకు తప్పుకుంటూ "ఏటో... మేష్టారి కంగారు?" అనుకుంటూ బయలుదేరింది.

డ్రిల్ మాస్టారు హెడ్ మాస్టారి దగ్గరికి వెళ్లి కంగారుగా "సార్. కొంప మునిగిపోయింది." అంటూ ఇంకా చెప్పబోతుండగా, భోజనం చేస్తున్న హెడ్మాస్టారు తింటున్న చపాతీ ముక్కను అలాగే వదిలేసి కంగారు పడుతూ "ఏమయ్యింది మాస్టారూ?" అంటూ ఒక్కసారిగా లేచి నిలబడ్డారు. "అది కాదు సార్. మనం టాయిలెట్లలో వాడుకనీరు ధారాళంగా పోవాలని వెడల్పు గొట్టం పెట్టించాం కదా! గోడ అవతలి వైపు కూడా వెడల్పు గొట్టం వేయించి డ్రైనేజీకి కనెక్ట్ చేయించాం. కానీ మేస్త్రీ ఈ రెండు గొట్టాలని కలపాల్సిన గోడలోని రంధ్రం మామూలు సైజులో సన్నగా చేసి, అందులో ప్లాస్టిక్ గొట్టం పెట్టకుండా ప్లాస్టరింగ్ చేసేసాడు. ఈ హడావిడిలో అది మనమూ గమనించలేదు. ఇప్పుడు కుళాయి విప్పుతుంటే నీళ్లు బయటకు పోవడంలేదు. అంతా నిండిపోతోంది" అన్నారు డ్రిల్ మాస్టారు.

నెత్తిమీద పిడుగుపడినట్లు ఒక్కసారిగా హెడ్మాస్టారు కుర్చీలో కూలబడి పోయారు "ఇప్పుడెలా?" అంటూ.

ఎప్పుడూ సింహంలా తిరిగే హెడ్మాస్టారిని అలా నిస్సహాయంగా చూసిన స్టాఫ్ అందరూ ఆశ్చర్యపోయారు. "మీరేం కంగారు పడకండి సార్. ఏదోటి చేద్దాం. ముందు ఆ తాపీ మేస్త్రీని పిలిపిద్దాం" అన్నారు లెక్కల మాస్టారు ధైర్యం చెప్పడానికి ప్రయత్నిస్తూ.

హెడ్మాస్టారు వున్న చోటు నుంచి లేచి "మనమే వెళదాం మేస్త్రీ దగ్గరకి" అన్నారు. డ్రిల్ మాస్టార్‌కి అప్పటికిపూర్తిగా అర్ధమయింది హెడ్మాస్టారు యెంత కంగారుపడుతున్నారో.

"అయ్యో... మీరెందుకండి మనం పిలిస్తే పరుగెత్తుకొచ్చే వాళ్ళ దగ్గరికి" అన్నారు డ్రిల్ మాస్టారు.

"అది కాదు మాస్టారూ. అవసరం మనది. అసలే మినిస్టర్ గారి ప్రోగ్రామ్. న్యూస్ పేపర్ వాళ్ళూ, టీవీల వాళ్ళూఅందరూ ఉంటారు. ఏమాత్రం తేడా వచ్చినా రచ్చరచ్చ చేసేస్తారు. మన డీఈవో గారు కూడా ప్రోగ్రామ్‌లో ఉంటారు. ఉద్యోగాలు ఊడిపోతాయి." అన్నారు హెడ్మాస్టారు. పరిస్థితి తీవ్రత అందరికీ అర్ధమయ్యింది.

"మీరు ఉండండి సార్. కాశీని తీసుకుని నేను వెళ్లి ఆ మేస్త్రీని తీసుకొస్తాను" అంటూ డ్రిల్ మాస్టారు బైక్ మీద బయలుదేరారు. "అదే చేత్తో ఆ పెయింటర్‌ను కూడా తీసుకొచ్చేయండి మాస్టారూ. ఎందుకైనా మంచిది. తాపీ పని అయ్యాక పైన పెయింట్ ఒక కోటింగ్ వేయించేద్దాం" అన్నారు తెలుగు మాస్టారు. అసలే ఆరోగ్యం సరిగా లేని హెడ్మాస్టారు విపరీతంగా టెన్షన్ పడిపోతుంటే, స్టాఫ్ అందరూ దగ్గరకు చేరి ఆయనకు ధైర్యం చెప్పడం మొదలుపెట్టారు.

మేస్త్రీ కోసం వెళ్లిన వాళ్ళు మంచి నిద్రలో వున్న తాపీ మేస్త్రీని, పెయింటర్‌ను లాక్కొచ్చినట్టే తెచ్చారు. మేస్త్రీకి జరిగిన పొరపాటు అర్ధమయ్యే సరికి నిద్ర మత్తు పూర్తిగా వదిలి పోయింది. "యిప్పుడు బద్దలు కొట్టి కట్టినా ఆరదండి. ఆరకుండా ప్లాస్టరింగ్ మీద రంగులేయడం కూడా కుదరదండి. మన కాడ ఈ సైజు గొట్టం లేదండి. గొట్టం కోసం ఇంత అద్దరేత్రి కాడ టౌన్ కెల్లినా ఈటయానికి

కొట్లు కట్టేత్తారండి. పొద్దుటి దాకా తియ్యరండి" చావు కబురు చల్లగా చెప్పాడు. పెయింటర్ మేస్త్రీకి వంత పాడాడు.

ఏమి చెయ్యాలో ఎవరికీ పాలుబోవడం లేదు. ఏదైనా ఉపాయం చెబుతారేమోనని లెక్కల మాస్టారు ఇంజినీరుగారికి ఫోన్ చేసారు. ఆయన విసుక్కుంటూ ఫోన్ తీసి "ఇవన్నీ ముందు చూసుకోవడం తెలియదా? అయినా అర్ధరాత్రి ఇప్పుడే చెయ్యగలం? మీరే ఏదోటి చెయ్యండి" అని ఫోన్ పెట్టేసాడు.

"మనం రిబ్బన్ కటింగ్ చేయించాక, కుళాయిలు విప్పకుండా జాగ్రత్తగా మేనేజ్ చేద్దాం సార్" అన్నారు డ్రిల్‌మాస్టార్. "ప్చ్... ఆయన లోపలికి వెళ్ళాక కుళాయిలు విప్పకుండా ఎలా ఆపగలం సార్?" అంటూ హెడ్మాస్టారు నిస్సహాయంగా కూలబడిపోయారు.

అన్నం తిందామని అక్కడికి వచ్చిన కుమారి జరుగుతుందంతా వింటూ అన్నం విషయం మర్చిపోయింది. ఇంతలో అదే బళ్ళో ఆరవ తరగతి చదువుతున్న కుమారి కొడుకు నాని ఆలస్యం అయ్యిందని వాళ్ళ అమ్మను తీసుకెళ్లడానికి సాయంగా వచ్చాడు. వచ్చినవాడు జరుగుతున్నదంతా చూసాడు. ఓ క్షణం ఆలోచించి సైకిల్ వేసుకుని స్పీడ్‌గా వాళ్ళ మావయ్య సైకిల్‌షాప్-కం-ఇంటికి వెళ్ళాడు. అక్కడ తనకు కావలసిన సామాను తీసుకుని మళ్ళీ స్పీడుగా స్కూలుకి తిరిగి వచ్చాడు.

"నువ్వేంట్రా! మళ్ళీ వచ్చావ్?" అన్నారు డ్రిల్ మాస్టార్. "ఒక్క నిమిషం సార్" అని అందరూ చూస్తుండగానే టాయిలెట్‌లోకి వెళ్లి, గోడ లోపలి వెడల్పాటి గొట్టానికి ఒక సైకిల్ ట్యూబ్ ముక్క తొడిగి, ఆ సన్నని రంధ్రం గుండా దానిని బయటకు పోనిచ్చి బయట ఉన్న వెడల్పాటి గొట్టానికి కనెక్ట్ చేసాడు. నీళ్ళ పంపు విప్పాడు. నీళ్ళు బయటకి పోవటం చూసి అందరూ నోళ్లు వెళ్ళబెట్టేసారు. అంతంత ఉన్నత చదువులు చదివినవారికి, అన్నేసి బిల్డింగులు కట్టిన మేస్త్రీకి రాని ఆలోచన ఆరో క్లాస్ పిల్లాడికి రావడం అందరికీ ఆశ్చర్యాన్ని కలిగించింది. హెడ్మాస్టారికి ప్రాణం లేచి వచ్చింది. అంత పెద్ద సమస్యను అంత

సమయస్ఫూర్తిగా, సులువుగా పరిష్కరించిన నాని దేవుడిలా కనబడ్డాడు ఆయనకు. నానిని దగ్గరకు పిలిచి "నీకీ ఆలోచన ఎలా వచ్చింది అమ్మా?" అని అడిగారు.

"సార్ మా పొలానికి బోర్‌తో నీళ్లు పెట్టేటప్పుడు ఒక్కోసారి గొట్టం తెగిపోతుంది సార్. అప్పుడు మా మావయ్య సైకిల్ ట్యూబ్ ముక్కతో ఆ గొట్టాలని కలపడం నేర్పించాడు సార్" అని చెప్పాడు.

తనకు తెలిసిన సాధారణ విషయాన్ని క్రైసిస్‌లో అప్లై చెయ్యడం తెలిసిన ఆ విద్యార్థిలో హెడ్మాస్టారికి భావి అబ్దుల్‌కలాం గారు కనిపించారు.

ఏప్రిల్ 2023

సుజాత వేల్పూరి

యుద్ధం కథ

అందరూ తోసుకుంటున్నారు. వీపు వెనుక బాక్ పాక్, చేతిలో డఫెల్ బాగు, కుడి భుజానికి చిన్న హాండ్ బాగ్, మొబైలూ, పర్సూ వగైరాలతో.

అడవిలోంచి రోడ్డు మీదకి వచ్చిన లేడి పిల్లలా ఉంది ఊహ పరిస్థితి.

ఇంటికి వెళ్ళి అమ్మను చూడాలి. నాన్నని వెచ్చగా కౌగిలించు కోవాలి. స్నూపీ గాడిని పక్కలో పడుకోబెట్టుకుని నిద్ర పోవాలి.

ఏడుపు వచ్చేస్తోంది. చుట్టూ చూసింది. అందరూ మాస్కులు పెట్టుకున్నారు గానీ, మనిషికీ మనిషికీ మధ్య దూరమే లేదు. ఒకరి మీద ఒకరు పడుతూ కిక్కిరిసి పోయారు.

కేకలు, గోల, ఆగ్రహం, ఉక్రోషం.. అంతటా.

"వూరికి వెళ్ళాలి, మేం వెళ్లిపోవాలి, పంపించండి మమ్మల్ని" అరుపులు.

"మా నాన్నకి బాలేదు, నేను వెళ్లాలి నా కొడకల్లారా, మీదేం

పోయింది, అందరూ దొంగలే. హాస్టల్ నా కొడుకులు ఉంచుకోరంట మమ్మలని, పోనీంద్రా" ఏడుస్తూ అరుస్తున్నాడొక కుర్రాడు.

పోలీసులు వచ్చారు. అందరూ మాస్కులు పెట్టుకుని లాఠీలతో బాగ్‌ల మీద కొడుతూ గట్టిగా చెప్తున్నారు.

"బార్డర్ మూసేశారు. ఎటూ వెళ్ళడానికి వీల్లేదు. ఎక్కడి వాళ్ళు అక్కడే ఉండాలి. వూరు లేదు, ఇల్లు లేదు, పోవాలి. వెళ్ళి పోవాలందరూ. దెబ్బలు పడతాయి "మెగా ఫోన్‌లో అరుస్తున్నాడొకాయన, కానిస్టేబులో ఎవరో ఎవరో భుజం మీద గట్టిగా చరిచారు.

నిషిత!

"నా ఫ్రెండ్ రితేష్ వాళ్ళ బాబాయి వాడిని కార్లో విజయవాడ తీసుకెళ్తున్నాడు. నేనూ వెళ్తున్నా. విజయవాడ నుంచి ఎలాగో మానేజ్ చేద్దాం, వస్తావా నువ్వు కూడా" అడిగింది బాక్ పాక్‌ని ఎగదోసుకుంటూ

"బార్డర్ దగ్గర ఎలా మానేజ్ చేస్తారు మరి?" భయంగా చూసింది.

"అది మనకెందుకు? వాళ్ల బాబాయి చూసుకుంటాడు."

ఎటూ తేల్చుకోలేక పోయింది చప్పున. వెళ్లాలలని ఉంది కానీ దార్లో ఆపేస్తే? ఎక్కడికని పోతుంది?

పక్కన ఎవరో స్పీకర్ ఆన్ చేసి ఫోన్ మాట్లాడుతున్నారు.

"నానా, నువ్వు ఎట్నో అట్ట చేసి అక్కణ్ణే ఉండు. బార్డర్ కాడ ఎట్నో చేసి వూర్లోకొచ్చినా, కాలనీలోకి రానియ్యడం లేదు పదేన్రోజులు కోరంటైన్‌లో ఉండాలంట. జెడ్పీ స్కూల్లో పెట్నారు అది ఆడ ఎవురెవురికి కరోనా ఉందో మనకు తెలీదు గదా, ఎట్నో సర్దుకో. నీ అకౌంట్లో డబ్బులేస్తా" తల్లి కాబోలు ఆపేక్షగా పెద్ద గొంతుతో మాట్లాడుతోంది, ఆ గొంతులో ఏడుపు కూడా వినపడుతోంది.

"హడలి పోయింది. ఎలాగో వెళ్ళాక, వూర్లోకి రానివ్వక పోతే?

ఎక్కడుంటుంది? క్వారంటైన్ ఎక్కడ పెట్టుంటారు తన వూర్లో?" క్వారంటైన్‌లో ఉన్న వాళ్ళకి కోవిడ్ ఎవరికి ఉందో లేదో ఎలా తెలుస్తుంది?

తన ఫ్రెండ్స్ అంతా వారం రోజులు సెలవులు ఇవ్వగానే ముందే పీజీ హాస్టల్ ఖాళీ చేసి వెళ్ళిపోయారు. సడన్‌గా లాక్‌డౌన్ పెడతారని తెలీక తనూ, మరి కొద్ది మంది స్నేహితురాళ్ళూ హాస్టల్లోనే ఉండి పోయారు సెలవులు అయిపోగానే ఎగ్జామ్స్ ఉండటంతో అవి అయ్యాక వెళ్లొచ్చని చదువుకుంటూ ఉండిపోయారు.

వాళ్ళలో కూడా చాలా మంది నిన్న మొన్నటిలో లోకల్‌గా ఉన్న బంధువుల ఇళ్ళకీ, తమ వూర్లకీ ఎలాగో వెళ్ళిపోయారు.

నిషిత బై బై చెప్పి వెళ్ళి కారెక్కేసింది తను చూస్తుండగానే హాస్టల్ ఖాళీ చేసి వెళ్ళిపోవాలని పీజీ ఓనర్ నిన్ననే చెప్పింది.

ఫోన్ మోగింది. నాన్న "అమ్మడూ, ఎలా వస్తావు ఇక్కడికి? ఎక్కడ చూసినా బారికేడ్లు కట్టేశారు, బయటి నుంచి వచ్చే వాళ్లని రానివ్వడం లేదు. బార్డర్ దగ్గర గొడవగా ఉంది. పాస్‌లు అవీ ఉన్నా, ఇటువైపు పోలీసులు రానివ్వడం లేదు. పోనీ సుశీలత్తయ్య ఇంటికి వెళ్తావా?"

టక్‌మని ఫోన్ కట్ చేయాలనిపించింది. కోపంగా ఉంది ఎవరి మీదో. సుశీలత్తయ్య చాలా దూరపు బంధువు. చిన్న ఇల్లు. పెద్ద చనువు కూడా లేదు వాళ్ళతో. పైగా తనని తీసుకెళ్లడానికి సుశీలత్తయ్య వాళ్ళ అంగీకారముందో లేదో తెలీదు.

"లాక్‌డౌన్ ఎన్నాళ్ళుంటుందో తెలీకుండా వాళ్ళింటికీ వీళ్ళింటికీ వెళ్లటమేంటి నాన్నా? ఆ ఇల్లు పాపం వాళ్ళకే చాలదు. మళ్ళీ నేనొకదాన్నా? చూస్తాన్లే ఉండు, నేను ఫోన్ చేస్తాలే నీకు. అప్పటి దాకా నాక్కొంచెం టైమివ్వండి" సౌమ్యం గానే చెప్పి పెట్టేసింది

సడన్‌గా గోల, తోపులాట. బారికేడ్లు తోసుకుంటూ జనం పోలీసులతో

గొడవ పడుతున్నారు. లాటీల దెబ్బలు, కేకలు

ఎవరో ఊహను ఒక్క తోపు తోశారు. కింద పడిపోతుండగా, పట్టుకున్నారెవరో. హాస్టల్ మేట్ అపూర్వ.

"పద, ముందు హాస్టల్‌కెళ్ళిపోదాం. ఆంటీతో మాట్లాడుకుందాం" చెయ్యి పట్టుకుని లాక్కెళ్ళి పోయింది

* * *

హాస్టల్లో అన్ని రూములూ ఖాళీ.

తనూ, అపూర్వ ఒకరికొకరుగా మిగిలారు

తన రూంలో కూచున్నారు. ఆకలేస్తోంది. కిచెన్ క్లోజ్. వెళ్ళి కనీసం మాగీ అయినా ఉందేమో చూద్దాం అనుకుంటే, కిచెన్‌కి తాళం వేసేసింది హాస్టల్ ఓనర్

కాసేపట్లో ఫోన్ "మీరిద్దరూ ఖాళీ చేసేయాలమ్మా, అందరూ వెళ్లిపోయారు. మీరు కూడా వెళ్ళిపోతే గేటుకి తాళం వేసేస్తాం".

"ఆంటీ, మీరలా అంటే ఎలా? వెళ్ళడానికి ట్రై చేశాం. కానీ బార్డర్ దగ్గర రానివ్వడం లేదట. వెళ్ళిన వాళ్ళు కొందరు తిరిగి కూడా వచ్చేశారు. మా ప్రయత్నాలు మేం చేస్తున్నాం. మాకూ ఒంటరిగా ఇక్కడ ఉండాలని లేదు. సామాను మొత్తం పాక్ చేసుకున్నాం. కానీ వెళ్ళే పరిస్థితి లేదు" ఓపిగ్గా చెప్పారు.

"సిటీ లో ఎవరన్నా చుట్టాలుంటే వాళ్ల దగ్గరికి వెళ్ళండి."

"చూడండి, ఇక్కడెవరూ లేరు మాకు. మాకు టైము ఇవ్వాలి మీరు" నిషిత తెగేసి చెప్పింది.

పోలీసుల నుంచి హాస్టల్లో పిల్లల్ని ఉండనివ్వాలని ఆర్డర్స్ రావడంతో ఏమీ చేయలేక ఆమె రెండు రూములూ ఉంచి, మిగతా రూములు తాళం వేసి వూరికి వెళ్ళిపోయింది.

ఐదంతస్థుల పెద్ద బిల్డింగ్‌లో రెండో అంతస్థులో ఉన్న ఈ రెండు రూములు తప్ప మిగతా అంతా ఖాళీ.

వాచ్‌మన్ కుటుంబంతో ఏదో సిమెంట్ లారీ పట్టుకుని వూరికి వెళ్ళిపోయాడు

బిక్కు బిక్కుమంటూ రెండు రాత్రులు గడిపారు. హాస్టల్‌కి దగ్గర్లోని ఫుడ్ సెంటర్‌లో ఉదయాన్నే వెళ్ళి రోజుకు సరిపడా ఏదో ఒకటి తినడానికి తెచ్చుకున్నారు. మరో నాలుగు రోజుల్లో అది కూడా మూసేశారు.

కూరలు, కిరాణా సరుకులు పొద్దున్నే ఆరింటి నుంచి తొమ్మిది వరకూ తీసి ఉంచడం తప్ప మిగతా అంతా ఖాళీ, ఎటు చూసినా నిశ్శబ్దం, భయం.

ల్యాప్‌టాప్‌లో టీవీ చూడటం, వార్తలు తెలుసుకోవడం, కిటికీ లోంచి ఖాళీ రోడ్లను చూస్తూ గడపటం. లాక్‌డౌన్ ఎప్పుడు అయిపోతుందో ఎగ్జామ్స్ ఎప్పుడుంటాయో తెలీదు కాబట్టి చదువు మీద ఆసక్తి పూర్తిగా పోయింది.

ఇద్దరూ గారాబంగా పెరిగిన పిల్లలు, వంట రాదు. పోనీ ప్రయత్నించి వండుకోడానికి మాత్రం కిచెన్ మూసేశారాయె.

సూపర్ మార్కెట్లో బ్రెడ్డూ, పండ్లూ, బిస్కెట్లూ, ఇతర తినుబండారాలూ తెచ్చి పెట్టుకున్నారు.

రెండు రోజులు బ్రెడ్డూ, అరటి పళ్ళూ తినే సరికి, విరక్తితో వచ్చేసింది. ఒక్క ముద్ద అన్నం ఏదైనా పచ్చడితో అయినా సరే దొరికితే బాగుండనిపించింది.

రూము శుభ్రం చేసి కింద చెత్త పడేసి కాసేపు గేటు దగ్గరే నిలబడి ఎన్నడూ ఖాళీతనాన్ని ఎరగని ఆ రోడ్లు అమాయకంగా చూస్తూ నిల్చుంది పదిహేడేళ్ల ఊహ. అమ్మ గుర్తొస్తే ఏడుపొస్తుందని గుర్తు తెచ్చుకోవడం లేదు.

వీధి చివర్లో అరుపులు గోల. రోడ్ల మీదికి వచ్చిన వ్యక్తి పోలీసులతో గొడవ పడుతున్నట్టున్నాడు, ఎక్కడికో వెళ్ళనివ్వమని.

భయంకరంగా అతని అరుపులు వినపడ్డాయి. లాఠీ దెబ్బలు పడినట్టున్నాయి.

వికృతమైన ఆ అరుపుకు హడలి పోయి ఒక్క దెబ్బతో అదిరే గుండెలతో కన్నీళ్ళు ఆపుకుంటూ రూములోకొచ్చి పడింది.

అప్పటికే మంచం మీద బోర్లా పడుకుని ఏడుస్తోంది అపూర్వ. ఏం చేయాలో తెలీక, పక్కనే కూచుని తల మీద చెయ్యి వేసింది.

"ఊహా, ఆకలేస్తుందే, అన్నం కావాలి. ఆ బ్రెడ్డు నాకొద్దు. కనీసం చపాతీలయినా సరే."

అపూర్వ మాటలతో ఊహకి కూడా దుఃఖం తన్నుకొచ్చింది. తన మనసులో ఉన్న ఆలోచన కూడా అదే. అన్నం, అమ్మ గుర్తొచ్చి కన్నీళ్ళు జల జలా రాలాయి.

అకస్మాత్తుగా ఎవరో తీసుకున్న నిర్ణయానికి, నగరంలో ఒంటరిగా ఒక గూడు కింద చిక్కుకున్న ఆ ఇద్దరు ఆడపిల్లలూ ఒకరికొకరు ఓదార్పుగా ఏడుస్తూ ఉండిపోయారు.

మరో గంట గడిచింది.

ఊహ మెట్లు దిగి కిందకి వచ్చింది. హాస్టల్ వెనక వైపు అపార్ట్‌మెంట్ బిల్డింగ్స్ ఉన్నాయి రెండు కాంపౌండ్ వాల్ దగ్గరికి వెళ్ళి నిల్చుంది. వెనక అపార్ట్‌మెంట్ మూడో ఫ్లోర్ లో ఎవరో ఒకావిడ బట్టలారేస్తోంది బాల్కనీలో.

"ఆంటీ, ఆకలేస్తోంది. నేనూ నా ఫ్రెండూ హాస్టల్లో చిక్కుపడి పోయాం. కొంచెం అన్నం పెడతారా? పచ్చడి ఉన్నా సరే" అనాలనుకుంది.

అనలేక పోయింది. కాసేపు అటూ ఇటూ చూస్తూ నిల్చుంది.

ఆమె తప్ప ఎవరూ బాల్కనీల్లో కనపడలేదు. చూస్తుండగానే ఆమె బట్టలారేసి వెళ్ళిపోయింది బకెట్ తీసుకుని. వెనుదిరిగింది ఊహ. మెట్లెక్కబోతుంటే, కుయ్ కుయ్‌మని శబ్దం. గేటు దగ్గర్ రెండు బక్క కుక్కలు నిల్చుని చూస్తున్నాయి ఏదైనా పెట్టమని. మనుషులే కరువైన రోడ్ల మీద, ఆ రోడ్లు అలా ఎందుకున్నాయో

తెలీక, హాస్టల్ పక్క సందులో కుప్ప తొట్టి దగ్గర దొరికే అన్నమూ దొరక్క అయోమయంగా చూస్తున్నాయి అవి.

పైకి వెళ్ళి బిస్కెట్ పాకెట్లు తెచ్చి వాటికి పెట్టి చూస్తూ నిల్చుంది. ఆవురావురుమని తినేసి, రోడ్డు పక్కన నిలిచిన డ్రైనేజీ నీళ్ళు తాగుతున్నాయి.

రూముకి వచ్చి పచ్చి బ్రెడ్ మీద కాస్త ప్రియా పచ్చడి రాసి, రెండు అరటి పళ్లతో పాటు అపూర్వకి ఇచ్చింది. మొండితనం చేయకుండా తీసుకుని, వెక్కిళ్ళు పెడుతూ తింటోంది అపూర్వ.

"అప్పూ, మనం కష్టంలో ఉన్న సంగతి మనిద్దరికే తెలుసు. ఎవరికైనా తెల్సినా ఏమీ చేయలేరు గదా ఇప్పుడు. ఈ పరిస్థితిని ఫేస్ చేయడం కంటే, ఈ పరిస్థితిలో చిక్కుకుపోయామన్న ఫీలింగ్ గొప్ప కష్టం.

"మనకి కనీసం ఏదో ఒకటి తినడానికి ఉంది. న్యూస్ చూశావా? హైద్రాబాద్‌లో పని చేయడానికి వేరే స్టేట్స్ నుంచి వచ్చిన కూలీలు బోలెడు మంది నడుచుకుంటూ వెళ్తున్నారట ఇళ్ళకి, ఈ ఎండల్లో" అంది ఊహ. "ఈ ఎండల్లో.." దగ్గరికి వచ్చే సరికి కొంత రిలీఫ్, తమ నెత్తిన కప్పు ఉందని.

ఎటు చూసినా ఖాళీ! ఎవరింట్లో నుంచో పెద్దగా సినిమా పాటలు వినిపిస్తున్నాయి. అన్నం, మామిడికాయ పప్పు, బంగాళా దుంప వేపుడు, ఆవకాయ, సాంబారు వేసుకుని అన్నం తింటూ టివిలో సినిమా చూస్తున్నారేమో వాళ్ళు నాన్న ఫోను. "ఊహా, భయమేమీ లేదుగా? కంగారు పడకండి. ట్రావెల్ పాస్ కోసం ట్రై చేస్తున్నాడు మామయ్య. దొరకడం కష్టంగా ఉంది, రికమండేషన్ మీద కూడా. పొద్దున్నే ఆరింటి నుంచి తొమ్మిది వరకూ ఓపెనే అట కదా. వీలైనంత తిండి తెచ్చి పెట్టుకోండి. ఎక్కువ దూరం పోవద్దు. దగ్గరలోని షాపుల్లోనే తెచ్చుకోండి. ఎలాగో దొరికింది తిని జాగర్తగా ఉండండి. వాచ్మన్ ఉన్నాడా?"

"లేదు నాన్నా, కానీ ఇది మంచి ఏరియానే కదా. పైగా హాస్టల్ సందు చివరే పోలీసు పోస్ట్ ఉంది నాన్నా. 24/7 పోలీసులున్నారు"

"వాచ్‌మెన్ లేడా? అమ్మో, ఆడపిల్లలు, ఎలాగండీ" అమ్మ వెనక నుంచి ఏడుస్తోంది "అయ్యో, నా బిడ్డ, ఏమి తింటున్నారో ఏమో, కనీసం కాఫీ అయినా కలుపుకుని ఎరగదు. ఎలాగండీ."

"కాఫీ కలుపుకోవడం నువ్వు నేర్పి ఉంటే ఎంత బాగుండేదో "మనసులో అనుకుంది.

"నువ్వాగు, దానికి తెల్సులే. ఊహా, నీకు డబ్బు గూగుల్ పే చేశాను. కావలసినవి తెచ్చుకోండి. బయటికి వచ్చే ప్రయత్నం చేయద్దు. ఇద్దరే అక్కడ ఉన్నారని ఎవరికీ తెలీయనీయద్దు. ల్యాప్‌టాప్‌లో సినిమాలు చూడండి. ఈ బుక్స్ డౌన్‌లోడ్ చేసి చదువుకోండి. ఒకరికొకరు గా ఉండండి. కంగారు పడద్దు, భయం వద్దు."

నాన్న ఫోన్ ముగిసే సరికి, అపూర్వ ఎవరితోనో మాట్లాడుతోంది ఫోన్లో. మొహం కళ కళ్లాడి పోతోంది.

"డాడీ ఫ్రెండ్ చౌటుప్పల్ నుంచి వస్తాడంట నన్ను తీస్కెళ్లడానికి. వాళ్ళింట్లో ఉండమన్నాడు డాడీ. ఎట్లయినా డాడీ వచ్చి తీస్కెళతాడంట నన్ను."

ఒక్క క్షణం నిశ్శబ్దం.

ఊహించలేదు ఇది. ఒకరికొకరు తోడుగా ఉన్నారనుకుంది. రేపటి నుంచీ ఈ ఐదు ఫ్లోర్ల బిల్డింగ్‌లో, ఈ నలభై గదుల హాస్టల్లో తను ఒక్కతే... బిక్కు బిక్కు మంటూ ఒక్క క్షణంలో తెప్పరిల్లింది. "బిక్కు బిక్కు మంటూ.. ఎందుకుండాలి. ఇప్పుడున్నట్లే ఉంటుంది తను" అనుకుంది

"హెల్ప్ చేయనా నీ పాకింగ్‌లో?" అడిగింది

"ఈ బట్టలు సర్దవే ప్లీజ్" బట్టల మూట ఊహ మీద పడేసి బుక్స్ సర్దుకోవడంలో పడింది అపూర్వ.

"నువ్వెలాగే మరి" అనైనా అనలేదు.

"అదీ చిన్న పిల్లేగా, ఇంకొకరిని కూడా బయట పడేయాలని దానికి

తోచలేదు" సర్ది చెప్పుకుంది ఊహ.

మర్నాడు పొద్దున్నే కారొచ్చింది అపూర్వని తీసుకెళ్లడానికి.

ఆయన అన్నాడు "నువ్వూ వస్తావామ్మా? తీసుకెళ్తా. మీ డాడీ వాళ్లని చౌటుప్పల్ వచ్చి తీస్కపొమ్మను".

ఆ మాట అపూర్వ అనుంటే బాగుండేది అనుకోలేదు ఊహ.

"వద్దంకుల్, మా మామయ్య లోకల్‌లోనే ఉంటాడు. రేపొస్తాడు వాళ్లింటికి వెళ్తాను."

అపూర్వ వెళ్ళిపోయింది.

ఊరంతా ఖాళీ.

వీధి మొత్తం ఖాళీ.

హాస్టల్ మొత్తం ఖాళీ.

ఇప్పుడు ఈ రూం కూడా ఖాళీ. ఎవరో రూంలో ఉన్నారని తెలుస్తుందని, లైట్ బయటికి రాత్రి వేళ కనపడకూడదని, కిటికీ కర్టెన్లకి దుప్పట్లు కూడా జతచేసి కిటికీ తలుపులు మూసి ఉంచే వాళ్లు. రాత్రంతా మేలుకుని చదువుకుంటూ సినిమాలు చూస్తూ, పగలు నిద్ర పోయే వాళ్ళు ధైర్యంగా.

ఒక్కతే మిగిలి పోయిన రూంని చుట్టూ చూసింది. తన్నుకొచ్చిన దుఃఖపు తెరని రెండు నిమిషం దాటనివ్వలేదు.

కళ్లు తుడుచుకుని గబగబా రూం ఊడ్చి, తడి గుడ్డతో తుడిచి నీటుగా సర్దుకుంది. బట్టలుతికి, బాత్ రూం కడిగింది. కిందకు వెళ్ళి తీగ మీద బట్టలారేసి, గేటు దగ్గర ఎదురు చూస్తున్న రెండు కుక్కల్ని ప్రేమగా తల నిమిరి బిస్కెట్లు పెట్టింది. అవి వాటికి చాలినా చాలక పోయినా, తన దగ్గరున్నవి అవే.

"నేనిక్కడ ఉండి తీరాలి, ఒంటరిగా. భయపడితే కుదరదు. "పైకే చెప్పుకుంది

మర్నాడు పొద్దున్నే సూపర్ మార్కెట్‌లో కెటిల్ తీసుకుంది. ఇన్‌స్టంట్ కాఫీ పౌడర్, పాల పొడి తీసుకుంది. కొన్ని నోట్ బుక్స్, బాల్ పెన్ రీఫిల్స్, పెయింటింగ్

బ్రష్ లు, అక్రిలిక్ కలర్స్, గాజు ఫ్లవర్వేజ్, ఎలక్ట్రిక్ రైస్ కుకర్...

బిల్లు పే చేయబోతూ, గేటు దగ్గర మొహాలు గుర్తొచ్చి, మరికొన్ని బిస్కెట్ పాకెట్లు, మిల్క్ బ్రెడ్ పాకెట్లు తీసుకుంది.

రూంకి రాగానే అమ్మ ఫోన్. ఏడుస్తోంది.

"ఎలాగే ఊహా మీరిద్దరూ ఆడపిల్లలు అంత పెద్ద బిల్డింగ్‌లో? ఎవరన్నా పోకిరీలు చొరబడితే? నా గుండె ఆగిపోతోందే, నాకు భయంగా ఉందే. ఎలాగైనా నిన్ను తీసుకొచ్చేస్తాం తల్లీ. ఆ వెనక ఇళ్ళున్నాయి కదా, ఎవరితోనైనా మాట్లాడుతూ ఉండమ్మా. ఫోన్ నంబర్లు తీసుకో వాళ్ళవి."

అమ్మ మాటలు వింటుంటే కూడగట్టుకుంటున్న ధైర్యమంతా జారిపోతోంది. అపూర్వ వెళ్ళిపోయిన సంగతి చెప్పలేదు తను.

నాన్న కేకలేస్తున్నాడు వెనక నుంచి "నా ప్రయత్నాలు నేను చేస్తున్నా కదా, పిల్లల్ని భయపెట్టకు".

కింద ఆరేసిన బట్టలు తెచ్చుకోడానికి వెళ్లింది. అక్కడే కూచుని బట్టలు మడత పెడుతుంటే వెనక అపార్ట్‌మెంట్ బాల్కనీ నుంచి పిలుపు వినపడింది.

"పాపా."

తలెత్తింది.

"ఏంటమ్మా హాస్టల్ లో చిక్కుబడి పోయారా?" గొంతులో జాలి.

"అవునాంటీ" ప్రాణం లేచొచ్చింది పలకరింపుకి.

"అయ్యో, మరి తిండి తిప్పల సంగతేంటి? వొండుకుంటున్నారా? ఎంతమంది ఉన్నారు మీరు?"

"ముగ్గురం" అబద్ధం చెప్పింది.

కిచెన్ మూతబడిందని, అన్నం పచ్చడి తింటున్నారని తెల్సి ఆమె మనసు ఆర్ద్రమైంది.

కాసేపట్లో హాట్ పాక్‌లో చపాతీలు, కూర కిందకు దిగి గోడ మీదుగా అందించింది.

"సర్దుకోండి ముగ్గురూ, అయినా వంట చేసుకోవచ్చు మీరు రూంలో. చిన్న పోర్టబుల్ గాస్ స్టవ్ ఉంది, ఇవ్వనా?"

వేరే ఆలోచన లేకుండా "ప్లీజ్ ఇవ్వండి ఆంటీ" అనేసింది ఊహ.

* * *

మర్నాటి నుంచీ ఊహ వంట సామ్రాజ్యం మొదలైంది. బోర్న్ విటా కూడా రూములోకి తెచ్చిస్తే తప్ప తాగేది కాదు. కంది పప్పుకీ మినప్పప్పుకీ తేడా తెలీదు.

ముందు రోజు రాత్రి పప్పు, వేపుడు లాంటి రెసిపీలు యూ ట్యూబ్‌లో చూసి కావలసిన సరుకులు సూపర్ మార్కెట్ సేల్స్ అమ్మాయి సాయంతో తెచ్చుకుంది.

తనను తాను బిజీగా ఉంచుకోక పోతే ఆ నిశ్శబ్దంలో, ఆ ఒంటరితనంలో పిచ్చెక్కి పోయేలా ఉంది. ఇది ఈదక తప్పని సముద్రమని అవగతమైంది.

బిస్కెట్లు తింటున్న గేటు ముందు ఫ్రెండ్స్, బిల్డింగ్‌లో ఎవరూ లేరని గ్రహించి గేటు లోపలికి వచ్చి కాపలాగా పడుకుంటున్నాయి. వాటి భోజనంలో అన్నం, కోడి గుడ్లు చేరాయి.

రెండు రోజులు వంట పూర్తిగా పాడైంది. ముగ్గురున్నారని నమ్మి ఆంటీ ఇచ్చిన చపాతీలు పనికొచ్చాయి.

మరో రెండు రోజులకు బెండకాయ వేపుడు, సాంబారు చేయ గలిగింది. తను వండుకున్న వంట తిని హాయిగా నిద్ర పోయింది.

అమ్మ నాన్న రోజుకు పది సార్లు ఫోన్లు. మరో రెండు రోజులకు వెనకింటి ఆంటీకి చెప్పింది తను ఒక్కతే ఉన్నానని.

"మరి ముగ్గురు ఉన్నారన్నావు?"

"ఇద్దరం ఉన్నాం ఆంటీ. వాళ్ల చుట్టాలొచ్చి దాన్ని తీసుకెళ్ళారు. నాకు వెళ్లడానికి వీలు కాలేదు. ఒక్కదాన్నే ఉండిపోయాను" తల వంచుకుంది.

ఊహ అడగక ముందే ఆమె తన ఫోన్ నంబరు ఇచ్చింది. "ఎప్పుడు ఏ

అవసరం వచ్చినా ఫోన్ చెయ్యమ్మా. ఏం భయం లేదు. ఈ పాడు రోగం గోల లేకపోతే నిన్ను ఇంట్లోనే పెట్టుకుందును. ఆడపిల్లకు నాల్రోజులు ఆశ్రయం ఇస్తే కరిగి పోతామా ఏం".

ఆంటీ మాట్లాడుతుంటేనే కళ్ళలో నీళ్ళు వచ్చేశాయి. గబ గబా రూముకి వచ్చి కన్నీళ్లతో దిండుని తడిపేస్తూ పడుకుంది.

* * *

ఆ రోజు సాయంత్రం ఏడింటికి ఎవరో తలుపు కొట్టారు. ల్యాప్‌టాప్‌లో సినిమా చూస్తున్న ఊహ ఉలిక్కి పడి లేచింది.

ఎవరొస్తారు ఇక్కడికి. తీయాలా వద్దా?

వెనకింటి ఆంటీ ఫోన్ నంబర్ రెడీగా పెట్టుకుని తలుపు తీసింది. ఇద్దరు పోలీసులు.

"పాపా, ఏమ్మా? ఒక్క దానివే ఉంటున్నావట హాస్టల్లో? అందరూ వెళ్ళిపోతే నువ్వు ఎలా ఉండిపోయావు?"

ఏమీ అర్థం కాలేదు. ఎవరు చెప్పారు వీళ్లకి? వీళ్ళు సేఫేనా? పిచ్చెక్కుతోంది.

ఇద్దర్లో పెద్దాయన అన్నాడు "భయం లేదమ్మా. వెనక అపార్ట్‌మెంట్‌లో ఉండే కృష్ణారావు గారి వైఫ్ చెప్పారు నీ గురించి. ఈ సందు చివర్లోనే ఉంటున్నాం మేము డ్యూటీలో. అయ్యో, చిన్న పిల్లవి, లాక్‌డౌన్ పెట్టే ముందే వెళ్ళిపోవాల్సింది కదమ్మా ఇంటికి? అమ్మా నాన్నా ఎంత కంగారు పడుతున్నారో. ఎక్కడ ఉంటారు మీ వాళ్ళు?" ఆయన అలా మాట్లాడుతుంటే, ఒక పక్క దుఖం, మరో పక్క ధైర్యం రెండూ ముంచుకొచ్చాయి.

వివరాలన్నీ చెప్పింది లోలోపల భయపడుతూనే.

"ఫర్వాలేదు. నిన్ను ఇంటికి పంపడానికి వీలవుతుందేమో కనుక్కుందాం. ఏమీ భయం లేదు. దగ్గర్లోనే ఉన్నాం మేము. ఏం అవసరమైనా ఫోన్ చెయ్యి

పాపా" ఫోన్ నంబర్లు ఇచ్చి మెట్లు దిగారు. గేటు దగ్గరకు వెళ్లి వెనక్కి తిరిగి దయగా, స్నేహంగా నవ్వాడు ఆ పెద్దాయన.

ప్రపంచంతో ఇంటరాక్షన్ ఇంత బాగుంటుందని తెలీదు ఊహకి.

హుషారుగా అన్నం వండుతుంటే అపూర్వ ఫోన్ చేసింది. ఏమీ మాట్లాడదు. ఒకటే ఏడుపు.

ఏమైందంటే చెప్పదు. కాసేపు ఏడ్చి "ఇక్కడ అందరికీ కోవిడ్. నాక్కూడా" అని మళ్ళీ ఏడుపు.

"అయ్యో" నిర్ఘాంత పోయింది.

"ఎలా మరి? తగ్గిందా?"

"తగ్గిందిలే. బాగా నీరసంగా ఉంది. అక్కడే ఉంటే ఎంత బాగుండేది? వచ్చేస్తా నీ దగ్గరికి, అయాం సో సారీ ఊహా. నిన్ను ఒక్కదాన్ని వదిలేసి వచ్చేశా."

"ఏం పర్లేదు. ఇక్కడ అంతా బాగుంది. ఏం భయం లేదు. రెండు డాగీలు నాకు సెక్యూరిటీగా ఉన్నాయి తెల్సా" సంతోషంగా నవ్వింది వాటికి బ్రెడ్ పెడుతూ.

"నేనొస్తా నీ దగ్గరికే"

"సరే, వొద్దువు గాని లే, నాన్న ఎలాగైనా నన్ను తీసుకెళ్ళాలని ట్రై చేస్తున్నారు."

* * *

"అసలు అన్ని రోజులు ఎలా ఉండగలిగావు? నెల రోజులంటే మాటలా? భయం వేయలేదా?" లాక్‌డౌన్ ఎత్తేశాక తర్వాతెప్పుడో స్నేహితులు అడిగిన ప్రశ్నకు నవ్వింది ఊహ.

"భయం ఏమీ లేదు. అవసరం అన్నీ నేర్పిస్తుంది. వేరే ఛాయిస్ లేనప్పుడు మనం నేర్చుకుని తీరతాం కూడా. అయినా మన చుట్టూ ప్రపంచం అంత చెడ్డదేమి కాదు జాగర్తగా చూస్తే అందరూ మంచి వాళ్ళే ఉంటారు. మనం ఇంటరాక్ట్ అయి చూడాలంతే"

ఈ మాటలు అంటున్నప్పుడు వెనకింటి ఆంటీ, వీధి చివరి పోలీసులతో సహా ఊహ మనసులో తను వేసిన నాలుగు బిస్కెట్లకు బదులుగా గేటు ముందు కాపలాగా పడుకున్న రెండు కుక్కలు కూడా మెదిలాయి.

జనవరి, 2022

సౌమ్య వి.బి.

ఖరీదైన మందు

టొరొంటో యూనియన్ స్టేషనుకి తిరిగే లోకల్ ట్రెయిన్లు పని దినాల్లో, ముఖ్యంగా ఆఫీసులు మొదలయ్యే, ముగిసే వేళల్లో కిక్కిరిసి ఉంటాయి. కోవిడ్ మహమ్మారి వల్ల చాలా ఆఫీసులలో ఇంటి నుంచి పని చేయడం రివాజుగా మారాక ఈ రద్దీ కొంత తగ్గింది.. అట్టే రద్దీ లేని అలాంటి ఒక ఖాళీ ట్రెయినులోని ఒక కంపార్ట్మెంటులో కూర్చుని పొద్దు పొడిచినా ఇంకా తీరిగ్గా కునుకు తీస్తోంది సంధ్య. కుదుపుల్లేవు కనుక మంచి నిద్రే పట్టింది. అరగంట అవుతూండగా యూనియన్ స్టేషన్ దగ్గరకి రాగానే ట్రెయిను నెమ్మదించడంతో లేచింది. అలవాటుగా లేవగానే ఫోను తీసింది.

స్కూలు వాట్సాప్ గ్రూపులో రవిచంద్రన్ మెసేజి. "ఇతగాడు అసలు మెసేజిలే పెట్టడు కదా గ్రూపులో. ఏం పెట్టాడో?" అనుకుంటూ దాన్ని నొక్కింది. "హెలో ఎవ్రీవన్.. ఇది నా ఫ్రెండు వాళ్ళ ఫ్రెండు కుటుంబం. మీరు చేయగలిగేది మీరు చేయండి. ప్లీజ్. గో ఫండ్ మీ పేజి అందరికీ షేర్ చేయండి" అంటూ ఒక లింక్ ఇచ్చాడు. "ఇంకొక ఫండింగ్ కాంపైన్. రోజుకిన్ని ఎందుకొస్తాయి?"

అనుకోకుండా ఉండలేకపోయినా, రవిచంద్రన్ ఎప్పుడూ ఇలాంటివి షేర్ చేయలేదు.. అని దానిని క్లిక్ చేసింది సంధ్య.

"ఉన్నతి అన్న పాప లాక్డవున్ ఆరంభంలో పుట్టింది. ఆ పాపకి స్పైనల్ మస్కులార్ అట్రోఫీ అన్న ప్రమాదకరమైన జబ్బు. ఎస్.ఎం.ఏ. అంటారు. దీనికి ఒక ఖరీదైన ఇంజక్షన్ అవసరం. దానికోసం ఈ వెబ్‌సైటు ద్వారా విరాళాలు సేకరిస్తున్నాము. ఇంజక్షన్ వెల 15 కోట్లు" ఇక్కడిదాకా ఎన్నో వార్తల మధ్య ఇదొక వార్త అన్నట్లు చదువుకుంటూ పోయిన సంధ్య ఆగిపోయి ఉలిక్కిపడింది. "పదిహేను కోట్లా" అని పైకి గట్టిగా అనేయడం, ట్రెయిను ఆగడం ఒక్కసారే జరిగాయి. సంధ్య కి ఎదురుగ్గా కూర్చున్న ప్రయాణికుడు లేవబోతూ కూర్చుని ఆమెని అనుమానంగా చూశాడు. "సారీ" అని ఇబ్బందిపడి బయటపడింది.

స్టేషన్ లోంచి గబగబా బైటకి నడుస్తూనే రవిచంద్రన్‌కి ప్రైవేటు మెసేజి పెట్టింది "పదిహేను కోట్లేమిటి రవీ? అదేం మందు?" అని.

తరువాత అలా ఆఫీసుకెళ్ళడం, పని మొదలవ్వడం – వీటి మధ్య కూడా "ఎంతైనా పదిహేను కోట్ల మందేమిటి? మాములు మనుషులు బతకాలా వద్దా?" అన్న ఆలోచన మాత్రం వదల్లేదు. దాదాపు మధ్యాహ్నం అవుతూండగా జవాబు వచ్చింది.

"ఇలాంటివి ఒకట్రెండు కేసులకి ఇలా గోఫండ్మీ, మిలాప్ వంటి వెబ్‌సైటులలో పెట్టాక మొత్తం డబ్బు సమకూరిందంట – ఈ జబ్బుకే. చెరో పదో పదిహేనో కోట్లే. అందుకని డాక్టర్లే ఇక్కడ పెట్టమని సలహా ఇచ్చారంట"

"అయినా అంత ఖరీదు ఉంటే ఎంత క్రౌడ్ ఫండింగ్ అయినా ఎక్కడ నుంచి వస్తాయి?"

"నాకూ తెలియదు సంధ్యా. ఏదో మన ప్రయత్నం మనం చేయాలని షేర్ చేశాను. అంతా ఆన్‌లైన్ కనుక దేశవిదేశాల వారూ దానం చేయొచ్చు కదా. అందువల్ల ఉపయోగం ఉంటుందని ఆశిద్దాం."

"ఏమో. అసలా అమౌంటు తల్చుకుంటూ ఉంటేనే ఏ రక్తపోటో వచ్చేలా ఉంది నాకు." – చిరుద్యోగి అయిన సంధ్య ఆ పదిహేను కోట్లని కెనడియన్ డాలర్లలోకి మెదడులో లెక్కలేసి మార్చి అంచనా వేసి, తన సంపాదనతో ఈ

పరిస్థితి వచ్చుంటే ఏమయ్యుండేదో ఊహిస్తూ అన్నది.

"రాలేదు కదా. నీకు తెల్సిన వాళ్ళకి షేర్ చేయి."

"సరే" మళ్ళీ పనిలో పడ్డంతో అప్పటికి ఆ సంభాషణ ముగిసింది.

* * *

సాయంత్రం ట్రెయిను ఎక్కాక కాసేపు ఫేస్బుక్ చూడ్డం మొదలుపెట్టింది సంధ్య. సంధ్య ఫాలో అయ్యే రేడియో జాకీ నిశ్చల్ అన్న ఒకాయన పోస్టు పెట్టాడు – "నా స్నేహితురాలి కూతురు. పేరు ఉన్నతి..." అదే కుటుంబం. అదే కేసు. ఈయన కొంచెం ప్రముఖుడు కనుక కొంత వైరల్ అయ్యి, చాలా మంది చూసి, కింద వ్యాఖ్యలు రాస్తున్నారు.

"అంతంత పెట్టి ఇంజక్షన్లు కొనడం ఎలా?"

"అసలు ఈ మందులూ, ఈ ధరలన్నీ విదేశీ కుట్ర. మన సంప్రదాయ వైద్య పద్ధతులు ప్రయత్నించండి."

"దీన్ని లోకల్‌గా తయారు చేసి చవక ధరలకి అమ్మలేరా?"

"ఆ పాప గురించి వింటూంటే గుండె తరుక్కుపోతోంది. గాడ్ బ్లెస్ హెర్."

"మీకు తెల్సిన అందరికీ షేర్ చేసి వీలైనంత డబ్బు సమకూరేలాగ చూడండి."

"ఇండియాలో ఇన్సూరన్స్ దీన్ని కవర్ చేయదండి. నేను మొన్నే ఏదో న్యూస్ వెబ్‌సైట్‌లో దీని గురించిన చర్చ చూశాను."

"అసలీ దేశంలో పిల్లల ఆరోగ్యానికి ఏ రక్షణా లేదా?"

దీనికెవరో కింద మళ్ళీ ఓ మినీ సంభాషణ నడిచింది:

"ఆరోగ్యానికి రక్షణ ఏమిటి మిస్?"

"డ్యూడ్. పేరెంట్స్ రక్షణ.. అదే.. ఇన్సూరన్స్ తీసుకోలేదేమో. ముందే ప్రిపేర్ అవ్వాలి ఇలాంటి వాటికి."

"మీరెవరో నాకు తెల్దు గాని పదహారు కోట్లకి కవర్ చేసే ఇన్సూరన్స్ ఏది భయ్యా?"

"ముందే ప్రిపేర్ ఎట్లవుతారన్నా? ఆ పిల్ల పుట్టిందే మొన్న మొన్ననే కదా?"

"అసలు ఇదంతా ప్రభుత్వ వైఫల్యమే."

"ఇదంతా ఆ తల్లిదండ్రుల కర్మ ఫలం"

ఇలా ఒక్కోరూ ఒక్కోటి చెబుతున్నారు. సంధ్య వీటిని స్క్రోల్ చేస్తూ ఉండగా ట్రెయిన్ కదిలింది. ఎదురుగ్గా ఉన్న మనిషి కుదుపుకి కొంచెం ముందుకి జరిగి కాలు తగలడంతో తల ఎత్తి చూసింది.

* * *

"హాయ్" అన్నది జియా. జియా సంధ్య ఇద్దరూ చాలా ఏళ్ళుగా స్నేహితులు. ఒకే కాలనీలో ఉంటున్నారు కూడా.

"ఓహ్, హాయ్. ఎలా ఉన్నావు? నాలుగైదురోజులైంది కనబడలేదు?"

"బానే ఉన్నాను గానీ, ఏమిటీ అలా ఫోనులో మునిగిపోయావు?" అన్నది జియా నవ్వుతూ.

"అదీ... ఫ్రెండు ఒక ఫండింగ్ కాంపైన్ గురించి లింక్ పంపాడు. చదువుతున్నా."

"అమ్మో, మరొక గో ఫండ్ మీ నా? ఎన్ని నడుస్తున్నాయి బాబూ అసలు."

"హుం. నిజమే. కానీ ఇది మరీ విపరీతం – ఈ పాప కి ఇంకా ఏడాదే. కానీ ఇదేదో ప్రమాదకరమైన జబ్బు, దీనికి ఏదో పదహారు కోట్ల రూపాయల మందంట. అది ఆ పిల్లకి రెండేళ్ళు నిండేలోపు పడాలంట. అసలు అంత చిన్న పిల్లలకి పెద్ద పెద్ద జబ్బులంటేనే వినడానికి కష్టంగా ఉంటుంది. అందులో మళ్ళీ అంత మందేమిటి?" సంధ్య ఎవరన్నా ఈ విషయం ఎత్తితే పెద్ద చర్చకి సిద్ధంగా ఉంది.

"ఓహ్. ఇది నేను కూడా చూశాను. మా కాలేజి వాట్సప్ గ్రూపులో వచ్చింది పొద్దున. ఆ వ్యాధికి ప్రతి ఆరువేలమంది పిల్లల్లో ఒకరికి వస్తుందంట. ఈ మందు అసలు ప్రపంచంలో అత్యంత ఖరీదైన మందంట." జియా కూడా ఈ కేసుని గుర్తుపట్టింది.

"అసలంత ఖరీదైన మందులుంటాయని ఇన్నాళ్ళు తెలియదు నాకు."

"అవును. నాకు కూడా తెలీదు. కానీ ఇది బాగా పనిచేస్తుందంట ఆ వ్యాధి ఉన్న పిల్లలకి. ఇది కాకుండా ఇంకొక మందుందంట. ఇది దానికంటే కొన్ని రెట్లు ఖరీదు కానీ ఇది ఒక్కసారి ఇస్తే చాలు.. అది చాలాసార్లు ఇవ్వాలంట. అందువల్ల ఖర్చు రీత్యా ఇదే నయం అంటున్నారు తయారుచేసిన ఫార్మా కంపెనీ వాళ్ళు" – జియా ఈ విషయం గురించి చాలా చదివినట్లే ఉంది.

"ఇన్సూరన్స్ వాళ్ళు ఇంతింత ఖర్చులు కవర్ చేస్తారు అంటావా? అయినా అవి లేనివాళ్ళ సంగతేమిటో. అంత ఎలా పెడతారో"

""ఎంత ఇన్సూరన్సు ఇస్తుంది అనుకున్నా అసలు కోట్ల రూపాయల మందులేమిటో. ప్రపంచంలో చాలా మందికి అది తలకి మించిన భారమే."

"బహుశా అట్లా మరీ అత్యాధునిక పరిశోధనలతో తయారు ఔతున్నపుడు ఖర్చు తగ్గడం కష్టం ఏమో. పైగా, బాగా పెద్ద మొత్తాల్లో తయారు చేస్తేనే కదా ఖర్చులు తగ్గుతాయి మామూలుగా." సంధ్య ఏదో తట్టినట్లు అన్నది.

"ఇందులో అందరూ మర్చిపోతున్న విషయం ఒకటి ఉంది. ఇది అమెరికాలో ప్రైవేటు ఫార్మా కంపెనీ చేసిన మందే అయినా దీని వెనుక పరిశోధనలకి ప్రభుత్వ ఫండింగ్ నుండి అనేక ఎన్జీవోలు కలిసి మిలియన్ల కొద్దీ ధనసహాయం చేశాయి. పేషంట్ల తాలూకా కుటుంబాలు క్లినికల్ ట్రయల్స్‌కి తోడ్పడ్డారు. ఇంతమందిలో ఎవ్వరూ మా సాయం తీసుకుంటున్నారు – బదులుగా ఆ మందు ఖర్చుని నియంత్రించమని చెప్పలేకపోయారు కంపెనీకి." జియా చెప్పుకుపోతోంది.

"నువ్విదంతా ఎప్పుడు చదివావే?"

"పొద్దునంతా నీ లాగే నేను కూడా దీని గురించే ఆలోచిస్తూ, న్యూస్ వెబ్సైట్లు బ్రౌజు చేశాను అవీ ఇవీ చదువుతూ. నా పిల్లాడికే ఇలా జరిగితే ఏం చేయను? అని నాకు టెన్షన్ వచ్చేసింది." జియా అన్నది.

"అవును. మనం అన్నీ చూస్తాము – పిల్లలకి దెబ్బలు తగిలితే ఏం చేయాలి? మొదలుకుని మనం పోతే ఏం చేయాలి? దాకా ఏవేవో ఆలోచిస్తాము. ఇల్లు, చుట్టుపక్కల వాళ్ళు మొదలుకుని ఎవరో దొంగలూ, దుర్మార్గులు, విపరీత బుద్ధులు

– అందరి నుండీ ఎలా రక్షించాలి? అన్నవన్నీ ఆలోచించుకుంటాము. అసలు పిల్లల ఆరోగ్యానికి భద్రత ఇవ్వగలమా? ఇలాంటివి జరిగితే ఏం చెయ్యగలమసలు తల్లిదండ్రులుగా?" సంధ్య సాలోచనగా అన్నది.

"పిల్లలకి అన్నింటి నుండీ రక్షణ కల్పించడం తల్లిదండ్రుల బాధ్యతేనా?"

"ఇది మరీ బాగుంది. మన పిల్లల బాధ్యత మనం కాక వీథిలో పొయ్యే వాళ్ళు చూస్తారా?"

"రక్షణ కల్పించడం, తమని తాము ఎలా రక్షించుకోవాలో నేర్పడం ఇవన్నీ అసలు అన్ని సందర్భాల్లోనూ వ్యక్తి స్థాయిలో సాధ్యమే అంటావా?"

"ఏం మాట్లాడుతున్నావో అర్థం కావడం లేదు. వ్యక్తి స్థాయి కాక ఇంకేం స్థాయిలో ఇస్తాము మన పిల్లలకి రక్షణ?" అంది సంధ్య కొద్దిగా విసుక్కుంటూ.

"నువ్వు నన్ను సోషలిస్టని దెప్పుతావు మళ్ళీ – అయినా ఇందులో కొంచెం పెద్ద తలకాయలు – అంటే సర్కారు వారు – పూనుకోవాల్సిందే." – జియా ఆవేశపడింది.

"అన్నింటికీ ప్రభుత్వాన్ని ఎలా అడుగుతాం? ఇలా మందులకి డబ్బుల్లేని ప్రతి వాడూ ప్రభుత్వాన్ని అడుగుతే ఇంక ఖజానా ఖాళీ అవ్వదా?"

"అన్నీ కాదు. ఇలాంటి ప్రత్యేక సందర్భం – ప్రపంచంలోనే అత్యంత ఖరీదైన మందు. మామూలు మనుషుల సంపాదనకి ఎన్నో రెట్లు ఎక్కువ. ఇంకెవ్వర్ని అడుగుతావు మీ అమ్మాయికే ఈ సమస్య వస్తే?"

"కొందరు ఆ మందుల కంపెనీ లాటరీలో, కొందరు వాళ్ళు మందుకి చేసిన క్లినికల్ ట్రయల్స్ లో పాల్గొని మందుని పొందారంట."

"మిగితా వాళ్ళూ?"

"ఇదిగో... ఈ గో ఫండ్ మీ..."

"అదేమరి. గో ఫండ్ మీలు పెడితే కొందరు దయతో దానం చేస్తారు. కొందరు ఇన్నిన్ని వస్తే ఎలా చేయమని విసుక్కుంటారు. మన పదహారు కోట్లూ సమకూరుతాయా లేదా అని మనం చాతక పక్షుల్లా ఎదురుచూస్తూ, మన పిల్ల లేదా పిల్లాడి గురించి ఖంగారు పడుతూ ఉండాలి. ఇంకో దారుందా?"

“అయితే ఈ విషయంలో మనం వ్యక్తులుగా, ఒక కుటుంబంగా, పిల్లలకి ఏ విధమైన భద్రతా కల్పించలేమంటావు?”

“అవును. అంటాను.”

“అయినా ఎంతైనా సర్కారు వాళ్ళనెలా అడుగుతాము వ్యక్తిగత సమస్యలకి?” సంధ్య కి జియా ఆలోచన కొంచెం వింతగా ఉంది.

“ఇది నేను కొత్తగా కనిపెట్టిన విషయం కాదు. ఆ మధ్య ఒకసారి పిల్లల హక్కుల గురించి ఐక్యరాజ్యసమితి వాళ్ళ విడియో ఒకటి చూశా మా అమ్మాయి వాళ్ళ స్కూల్లో చెప్పారని చూపిస్తే. దాని ప్రకారం ఆరోగ్యం ఒక ప్రాథమిక హక్కంట పిల్లలకి. తల్లిదండ్రులు పెట్టుకోలేనంత మందుల, ఆపరేషన్ల ఖర్చులు ఉంటే ప్రభుత్వాలు వాళ్ళకి సాయం చేయాలని అందులో ఉంది. తెలుసా?”

“ఏమిటి నిజమా?”

“అవును. అందువల్ల కొన్ని విషయాల్లో మన పిల్లల రక్షణ ప్రభుత్వం బాధ్యత కూడా. మనది మాత్రమే కాదు.” అని జియా ఇంకేదో అనబోతూ ఉండగా ట్రెయిను ఆగింది. దానితో ఇద్దరూ ఇక చర్చని ఆపక తప్పలేదు.

* * *

ఇంటికేసి నడుస్తూ వాళ్ళాయన పిల్లల్ని తీసుకుని ఈతకు వెళ్ళాడన్న మెసేజి చూసుకుంది సంధ్య. సరే, కాసేపు టైము దొరికింది కదా అని టీవీ చూడ్డం మొదలుపెట్టింది. మొదటి పది నిముషాల్లోనే ఒక ఆసక్తి కరమైన వార్త కనబడింది. విచిత్రంగా ఈ అంశానికి సంబంధించే! ఇదే సమస్యతో కెనడాలో ఉన్న కొందరు పిల్లల తల్లిదండ్రులు కూడా ప్రభుత్వం ఈ మూడు మిలియన్ డాలర్ల మందు పొందేందుకు తమకి సాయం చేయాలని వివిధ రాష్ట్రాల్లో ప్రయత్నిస్తున్నారంట. కొన్ని చోట్ల “కేస్ బై కేస్ బేసిస్” మీద రాష్ట్రాలూ ఒప్పుకుంటున్నాయంట. ఇంతలో ఒక అడుగు ముందుకెళ్ళి క్యుబెక్ రాష్ట్రం ప్రభుత్వ ఆరోగ్య భీమా ద్వారా కవర్ చేస్తానన్నది. అదే వార్త.

వెంటనే సంధ్య జియాకి మెసేజి పెట్టింది – “హే, ఈ మందు గురించి

ఇక్కడ కెనడాలో కూడా చర్చ నడుస్తోంది. దాదాపు మూడు మిలియన్ డాలర్ల ఖరీదు క్యుబెక్ ప్రభుత్వం కవర్ చేస్తుందట అక్కడుండేవాళ్ళకి. వార్తల్లో చూపిస్తున్నారు. చూశావా??"

"వావ్, నిజమా? నేను కోరుకున్నట్లే అంతంత ఖర్చు ప్రభుత్వం పెట్టుకుంటోందా?!"

"ఆ! ఏవో రూల్సు గట్రా ఉన్నాయి. అదంతా ఏవో నేను పెద్దగా వినలేదు.."

"పిల్లలకి ఆరోగ్య భద్రత అంటే ప్రభుత్వం నుంచి కూడా రావొచ్చు ఇలాంటి విషయాల్లో అన్న నా మాట నిజమైంది చూశావా?!"

"మరేనమ్మా. నువ్వన్నట్లే ఇదొక సోషలిస్టు పరిష్కారం.. ఏదో ఒక చోటన్నా ఈ జబ్బు బారిన పడ్డ పిల్లల తల్లిదండ్రులకి కొంత ఉపశమనం." నిట్టూర్చింది సంధ్య.

"సరే, పిల్లలు పార్కు నుండి తిరిగొచ్చే వేళైంది. వంట చేసుకోవాలి. ఉంటాను." చర్చల్తో తమ కడుపులు నిండినా ఇంట్లోవాళ్ళవి నిండవన్న సూక్ష్మం ఎరిగిన ఆదర్శ గృహిణి కనుక జియా ఇంక సెలవు తీసుకుంది.

"సరే, ఉంటాను" ఫోను పెట్టేసి టీవీలో వార్తలు కొనసాగించింది సంధ్య. వివిధ ప్రాంతాల్లోని ఎస్.ఎం.ఎ. సంబంధికులతో టీవీ ఛానెల్ వాళ్ళు ముచ్చటిస్తున్నారు.

* * *

"పేషంటు వైపు నుండి చూస్తే, మందు కొనడానికి డబ్బు జమ అవుతుందా లేదా అని ఎదురుచూస్తూ రోజులు నిముషాలు అలా లెక్కపెట్టుకుంటూ ఉండాలి. అసలు తమ పిల్లకో పిల్లాడికో ఏమవుతుంది? భవిష్యత్తు అన్నది ఒకటుంటుందా? అని తల్లిదండ్రులు పడే వేదన వర్ణనాతీతం" ఎవరో ఎన్జీవో ఆయన మాట్లాడుతున్నాడు.

"ప్రభుత్వం సహకరిస్తే ఈ పెద్ద పెద్ద ఫండింగ్ కాంపైన్‌లలో సేకరించిన డబ్బులు ఏం చేస్తారు?" - ఎవరో ఆం ఆద్మీ ప్రశ్న.

“మా అబ్బాయికి ప్రభుత్వం వారి దగ్గర దరఖాస్తు పెట్టాము. వాళ్ళు ఇస్తే, మేము పోగు చేసిన చందాలు తిరిగి ఇవ్వడమో, లేకపోతే మరొక ఎస్.ఎం.ఎ బాధిత కుటుంబానికి పంపెయ్యడమో చేస్తాము” ఒక కెనడియన్ తల్లి సమాధానం.

“అసలు ప్రభుత్వం ఇలా ఈ ఖర్చు బాధ్యత తీసుకోవడం గొప్ప విషయం. మాకు బతుకు మీద, భవిష్యత్తు మీద మళ్ళీ ఆశ చిగురిస్తోంది” – గో ఫండ్ మీలో దాతల్ని వెదుక్కుంటున్న మరో కెనడియన్ తండ్రి మాట.

“అమెరికాలో తయారైనా ఇక్కడ దీని ఖరీదు మీద నియంత్రణ లేదు. ఇన్స్యూరన్స్ కంపెనీలు దీని ఖర్చుని స్వీకరించడానికి ఒక్కోటీ ఒక్కో ఆంక్ష పెడుతున్నాయి.. కనుక ఎవ్వరికీ మందు దొరుకుతుందన్న గ్యారంటీ లేదు.” ఒక అమెరికన్ తండ్రి వాపోతున్నాడు.

“మెడికెయిడ్ ద్వారా ప్రభుత్వం నా కూతురికి ఈ మందు ఖర్చులు భరించింది. లేకపోతే నా ఆర్థిక స్థితికి అసలు దీన్నుంచి గట్టెక్కడం అసాధ్యం. ఇది నేను ఊహించని పరిణామం.” – మరో అమెరికన్ తల్లి ఆనందంతో చెప్పింది.

“వీళ్ళు ఇలా అందనంత ఎత్తుకు మందు ఖరీదు పెట్టి ఏం సాధిస్తారు?” ఇంకేదో దేశపు తాత ప్రశ్న.

“నిజానికి ఈ మందు దీని ప్రత్యమ్నాయాలకంటే ఖరీదు తక్కువ. ఒక్కసారే పడుతుంది కనుక మీకు ఎక్కువనిపిస్తోంది. జీవితాంతం పలుమార్లు వేసుకునే మందులు చివరికి ఇంతకంటే ఎక్కువవుతాయి. ఆ విషయం మీరు గమనించాలి. మమ్మల్ని భూతాల్లా చూపకండి.” ఫార్మా కంపెనీ ప్రతినిధి వివరిస్తున్నాడు.

“ఈ మందుల తయారీలో పాల్గొన్న ఒక ఫ్రెంచి సంస్థ ఇతర అమెరికన్ సంస్థల్లా కాకుండా మా దేశంలో ఈ మందుని తగ్గింపు ధరకి అమ్మి తీరాలి అని ఒక ఆంక్ష పెట్టిందంట. కనుక అక్కడొక్కచోట మాత్రం ఈ మందు ధర తగ్గొచ్చేమో” ఎవరో ఒక మేధావి విశ్లేషిస్తున్నాడు.

ఇలా సంధ్య అందరి మాటలూ ఆసక్తిగా వింటూ, వీళ్ళెలాగో ఇండియా వైపు వాళ్ళని కవర్ చేయరు... కానీ, ఇలా ఈ దేశాల్లో ఆ ఖర్చు బాధ్యత

ప్రభుత్వాలు తీసుకోడం విచిత్రంగా ఉంది అనుకుంటూ ఆశ్చర్యంలో ఉండగా ఫోను వైబ్రేట్ అయ్యింది. "స్విమ్మింగ్ ముగిసింది, అరగంటలో ఇంట్లో ఉంటామని" భర్త మెసేజి. అంటే పైకి అనకపోయినా ఇంక ఇంటిపనీ, వంటపనీ చూడమన్న సందేశం ఏ గృహిణైనా ఇట్టే పట్టేస్తుంది. సంధ్యకి కూడా తక్షణ కర్తవ్యం అర్థమై టీవీ కట్టేసింది.

ఒక్కో దేశంలో ఒక్కో పరిష్కారం వెదుకుతున్నారు. ఎవరి ప్రభుత్వాలు వాళ్ళకి ఏదో ఒక సాయం చేసి, మీ చావు మీరు చచ్చి, మీ డబ్బులు మీరు తెచ్చుకోండి, మాకు సంబంధం లేదని అని పూర్తిగా వదిలెయ్యకపోతే చాలు... అనుకుని నిట్టూర్చింది సంధ్య, అంతకంటే తానేం చేయలేనని తెలుసు గనుక. వంటగదిలోకి వెళ్ళే ముందు ఆ పూటకి చివరిసారిగా ఇంతకీ ఆ ఇండియా కేసులో ఏమైందో, అని మరొకసారి ఆ పేజి తీసి చూసింది. ఐదు కోట్ల దాకా డొనేషన్లు వచ్చాయట గత ఎనిమిది నెలల్లో! ఇంకా బోలెడు సమకూరాలి. ఆ పాపకి రెండేళ్ళు వచ్చేలోపు సమకూరాలి. ఎక్కువ సమయం లేదిక.

"పిల్లలకి అన్ని రక్షణలూ తల్లిదండ్రులు మాత్రమే ఇవ్వలేరు" అన్న జియా మాటలు మరోసారి గుర్తు వచ్చాయి సంధ్యకి.

ఇండియాలోనూ ప్రభుత్వం వారు తల దూర్చి ఆ మందు ఖరీదు తగ్గించేలా చేయడమో, వీళ్ళు చేసినట్లు మందు ఖర్చుల బాధ్యత తాము తీసుకోడమో చేస్తే బాగుండు అనుకుంటూ... ఆ పాపకి ఏదో ఒకలా ఆ పదిహేను కోట్లూ సమకూరి మందు దొరకాలని కోరుకుంటూ, వంట మొదలుపెట్టుకుంది.

నవంబర్ 2021

www.ingramcontent.com/pod-product-compliance
Lightning Source LLC
LaVergne TN
LVHW091959210825
819277LV00035B/399
* 9 7 8 9 3 9 2 9 6 8 6 6 2 *